வாழ்விலே ஒரு முறை

வாழ்விலே ஒரு முறை

அனுபவக் கதைகள்

ஜெயமோகன்

விஷ்ணுபுரம் பதிப்பகம்

வாழ்விலே ஒரு முறை
கட்டுரைகள் - ஜெயமோகன்

Vaahzvile Oru Murai
Essays by Jeyamohan ©
First Edition: September 2004, Kavitha Pathippagam
Vishnupuram First Edition: December 2023
No of Pages: 132
ISBN: 978-93-92379-69-7

Vishnupuram Publications
No. 1/28, Nehru Nagar, Kasthurinaicken Palayam,
Vadavalli, Coimbatore – 641041, Tamilnadu, India.
Phone: +91 90802 83887
Website: www.vishnupurampublications.com
Email: info@vishnupurampublications.com

Printer: Mani Offset, Chennai - 600077

Author`s Website: www.jeyamohan.in
Author`s Email: jeyamohan.writer@gmail.com

All rights reserved. No part of the publication may be reproduced, stored in a retrievel system, or transmitted, in any form or by any means, electronic, mechanical, photocopying, recording or otherwise, without the prior permission of the publishers.

சமர்ப்பணம்

அண்ணாச்சி ராஜமார்த்தாண்டனுக்கு

ஆசிரியர் குறிப்பு

நவீனத் தமிழ் இலக்கியத்தில் முதன்மை ஆளுமையாக கருதப்படும் ஜெயமோகன் தமிழில் நாவல்கள், சிறு கதைகள், நாடகம், இலக்கிய விமர்சனம், இலக்கிய வரலாறு, வாழ்க்கை வரலாறு, பயணக்கட்டுரைகள், சிறுவர் இலக்கியம், பண்பாடு, மரபு, மதம், தத்துவம், ஆன்மீகம் என பல தளங்களில் எழுதிவருகிறார். இலக்கியம், தத்துவம், மதம், மரபு என பல தலைப்புகளில் பேருரைகளையும், சிற்றுரைகளையும் நிகழ்த்திவருகிறார். மலையாளத்தில் கட்டுரைகள் எழுதி வருகிறார். இவரது படைப்புகள் மலையாளத்திலும் ஆங்கிலத்தும் மொழியாக்கம் செய்யப் பட்டுள்ளது. தமிழ் மற்றும் மலையாளத் திரைத்துறையில் வசனம் மற்றும் திரைக்கதை உருவாக்கத்தில் பணி யாற்றுகிறார்.

பள்ளி நாள்களிலேயே எழுத ஆரம்பித்த இவரது முதல் கதை ரத்னபாலா என்ற சிறுவர் இதழில் வெளிவந்தது. 1990இல் இவரது முதல் நாவலான 'ரப்பர்' வெளிவந்த போது 'அமரர் அகிலன் விருது' பெற்றது. 1997இல் வெளி வந்த 'விஷ்ணுபுரம்' நாவல் நவீனத் தமிழ் இலக்கியத்தில் முக்கியமான படைப்பு. நவீனத்துவ பாணி நாவல்கள் வெளிவந்துகொண்டிருந்த காலகட்டத்தில் மீபுனைவுத் தன்மை கொண்டதும், இந்தியக் காவியமரபின் அழகியலை ஒட்டி எழுதப்பட்டதும், தத்துவ விவாதத்தன்மை கொண்டதுமான 'விஷ்ணுபுரம்' தொடர் விவாதங்களை உருவாக்கி ஒரு புதிய வாசகர் வட்டத்தை உருவாக்கியது.

இவரது வாசகர்களால் உருவாக்கப்பட்ட 'விஷ்ணுபுரம் இலக்கிய வட்டம்' வாசிப்பு, விவாதம் பற்றிய பயிற்சிப் பட்டறைகளை நடத்திவருவதோடு, 2010 முதல் ஆண்டு தோறும் நவீன தமிழிலக்கியத்திற்கு செழுமை சேர்த்த முன்னோடி படைப்பாளுமைகளுக்கு 'விஷ்ணுபுரம் இலக்கிய விருது'-ம்; குமரகுருபரனின் மறைவுக்குப் பிறகு (2016) ஆண்டுதோறும் 'குமரகுருபரன் – விஷ்ணுபுரம்' என்ற பெயரில் இளம் கவிஞர்களுக்கான விருதும் வழங்கி வருகிறது.

2014 முதல் தொடர்ந்து ஏழு வருடங்களாக இவர் எழுதிய மகாபாரதத்தின் மறுஆக்கமான 'வெண்முரசு' தொடர் நாவல் வரிசை நவீன உலக இலக்கியத்தின் மிகப்பெரிய நாவலாகக் கருதப்படுகிறது. தமிழ் இலக்கியம், மொழி, கலாச்சாரம், வரலாறு சார்ந்த இணையத் தகவல் கலைக் களஞ்சியமான 'தமிழ் விக்கி' என்ற இவரது முன்னெடுப்பு தமிழ் இலக்கியத்திற்கு முக்கியமான பங்களிப்பு.

ஒரு சிறு சிலந்தி

வாழ்விலே ஒருமுறை என்பது அசோகமித்திரனின் புகழ் பெற்ற சிறுகதையின் தலைப்பு. அதை ஒரு நூலின் தலைப்பாக நான் வைத்துக் கொண்டேன். ஏனென்றால் இந்தக் கட்டுரைகள் எல்லாமே வாழ்க்கையில் நிகழ்ந்தவை, கற்பனையில் தொகுக்கப் பட்டு மையம் கண்டடையப்பட்டவை. வாழ்விலே ஒருமுறை எவருக்கும் நிகழலாம் என்பதனால் இந்த தலைப்பு பொருத்தமாக இருப்பதாகப் பட்டது. இவை தீராநதி இதழில் தொடராக வெளி வந்தவை. அப்போது அசோகமித்திரனிடம் கேட்டுவிட்டு இந்த தலைப்பை போட்டேன்.

இக்கட்டுரைகள் அமைப்பில் கட்டுரைக்கும் கதைக்கும் நடுவே நிற்பவை. உணர்ச்சிகரமானவை, கதைக்கான ஒழுக்கும் ஓட்டமும் கொண்டவை, ஆனால் தங்களை கட்டுரையென்றே முன்வைப்பவை. இத்தகைய வடிவம் அன்று தமிழில் பரவலாக இருக்கவில்லை. இக்கட்டுரைகள் அவ்வகையில் முன்னோடி முயற்சிகள். சங்கசித்திரங்கள், நிகழ்தல், முகங்களின் தேசம், போன்ற நூல்களில் கட்டுரைக்கதை என்னும் அந்த வடிவை தொடர்ந்தேன்.

நான் எழுதவந்தபோது செய்த ஒரு இலக்கியப் பங்களிப்பு கட்டுரை – கதை இரண்டுக்குமான எல்லைகளை மழுங்கடிப்பது. அன்று உலகமெங்கும் அது நிகழ்ந்துகொண்டிருந்த ஒரு பின் நவீனத்துவப் போக்கு. என் கதைகளான ரதம், மூன்று சரித்திரக் கதைகள் போன்றவை கதையில் கட்டுரை வடிவை கொண்டவை. இவை கட்டுரையில் கதை வடிவை கொண்டவை. சுஜாதா இந்த வடிவை மிகவும் பாராட்டி அன்று எழுதியிருக்கிறார்.

நேரடி அனுபவத்துளிகள் இவை. அனுபவங்களிலிருந்து ஒரு அகநகர்வு நிகழ்ந்துள்ளமையால் கலையாகின்றன. ஆனால் ஒரு

தீவிரமான சிறுகதைக்குரிய உள்ளடுக்குகள், உசாவல்கள் இவற்றில் நிகழவில்லை. ஆகவே சிறுகதைநோக்கிச் செல்லவில்லை. அனுபவத்தின் நம்பகத்தன்மை இங்கே கலை உருவாக்கும் மாற்றுலகின் நம்பகத்தன்மை என்னும் இடத்தை தான் எடுத்துக் கொள்கிறது.

இந்தக் கட்டுரைகளை திரும்ப வாசிக்கையில் என் முன் எழுந்து வருபவை முகங்கள். எழுதியவை மட்டுமல்ல, இன்னும் எழுதாதவையும்கூட. எனக்கு அறுபதாகிறது. நான் இளமையிலறிந்தவர்கள் ஒவ்வொருவராக மறைந்துகொண்டிருக்கிறார்கள். பல முகங்கள் என் நினைவிலேயே இன்று எஞ்சியுள்ளன. அனைத்தையும் அனைவரையும் பற்றி எழுதிவிடவேண்டும் என்னும் பெரும் உந்துதலை அடைகிறேன்.

இளமையில் அன்றாட அனுபவங்களாக தெரிந்தவை ஒவ்வொன்றும் இன்று ஆழமானவை ஆகிவிட்டன. ஒரு காலத்தில் இவர்களெல்லாம் மிகச் சாதாரணர்கள் என எண்ணியவர்கள் எல்லாருமே குறைந்தபட்சம் ஒரு கதையுடன் தென்படுகிறார்கள். மனிதர்கள் தேனீக்கள் போல. முதிய வயதில் அவர்களெல்லாம் கூடு திரும்புபவர்கள், உடலில் நிறைத்த தேனுடன்.

அறம் போன்ற கதைகளில் மாமனிதர்களைப் பற்றிச் சொன்னேன். இக்கதைகள் எளிய மனிதர்களின் கதைகள். கதை என்ற வகையில் அவர்களுள் எந்த வேறுபாடுமில்லை. மனிதர்களை கருவாக்கி இங்கே தன்னை நிகழ்த்திக்கொள்ளும் மாபெரும் கதை ஒன்று உள்ளது. அதன் ஒரு சிறுமூலையை தன் உயிர்ச்சத்தால் பின்னி விரிக்கும் சிறு சிலந்தி என என்னை உணர்கிறேன்.

ஜெ

என் சொற்கள்

இக்கட்டுரைகள், அல்லது கதைகள், அல்லது அனுப வங்கள் தமிழில் இன்று பரவலான கவனிப்பைப் பெறும் வடிவமாக மாறியுள்ளன. ஓரளவு புனைவு கலந்த இந்த அனுபவக் குறிப்புகளை நான் 1992ல் மாத்ருபூமி நாளிதழ் இணைப்பில் 'நோட்டங்கள்' என்ற பெயரில் எழுத ஆரம்பித்தேன். அதற்குத் தூண்டுதலாக இருந்த கே.ஸி.நாராயணனுக்கு இத்தருணத்தில் நன்றி தெரிவிக்கவேண்டும். இவ்வடிவம் கேரளத்தில் மிகுந்த வரவேற்பைப் பெற்றது. பிறகு பாஷாபோஷிணி இதழில் தொடர்ந்து எழுதினேன். சமீபத்தில்தான் நிறுத்திக்கொண்டேன். அவை கரன்ட் புக்ஸ் நிறுவனத்தாரால் 'நெடும்பாதயோரம்' என்ற பேரில் நூலாக வந்துள்ளன.

இதே வடிவை சிறிது நீட்டி மாத்யமம் இதழில் சங்கப் பாடல் களை அறிமுகம் செய்யும் 'சங்க சித்தரங்க'ளை எழுதினேன். அதுவும் பிரபலமாயிற்று. அதே கட்டுரைகளை சுதந்திரமாக மொழியாக்கம் செய்து ஆனந்த விகடனில் 'சங்க சித்திரங்கள்' என்ற பேரில் எழுதினேன். அந்தத் தொடர் தமிழில் எனக்குப் பரவலாக வாசக வரவேற்பினை உருவாக்கித் தந்தது. கவிதா பதிப்பக வெளி யீடாக 'சங்க சித்திரங்கள்' 2003ல் வெளியிடப்பட்டது. அதன் பிறகு இவ்வடிவில் எஸ். ராமகிருஷ்ணனின் துணையெழுத்து என்ற கட்டுரைத் தொடர் விகடனில் வெளிவருகிறது.

தீராநதி வெளிவந்தபோது மணா (எஸ்.டி. லட்சுமணன்) விருப்பத்திற்கு ஏற்ப 'வாழ்விலே ஒரு முறை' என்ற தலைப்பில் கட்டுரைத் தொடர் எழுத ஆரம்பித்தேன். வாசகர்கள் மிக விரும்பிய தொடர் அது. அக்கட்டுரைகளும் நியூ இண்டியன் எக்ஸ்பிரஸ் இதழிலும் திண்ணை இணைய இதழிலும் நான் இதே பாணியில்

எழுதிய சில கட்டுரைகளும் அடங்கிய தொகுப்பு இது. மணாவுக்கு என் மனமார்ந்த பிரியத்தைத் தெரிவித்துக் கொள்கிறேன்.

வாழ்வனுபங்கள் கோடி. ஒவ்வொரு கணமும் அனுபவமே. வீட்டில் குழந்தைகள் வளரும்போது ஒவ்வொரு கணமும் பொற்கணமே. பார்க்க நமக்குக் கண்ணிருக்க வேண்டும். அனுப வங்களில் இருந்து தொடங்கி மேலும் சில தூரம் பறந்து காற்றில் எழுதுவதற்கான முயற்சிகள் இவை. அனுபவங்களும் அவை எழுப்பிய எதிரொலிகளும் அடங்கியவை. இவற்றில் உள்ள புனைவுக்கூறு ஒன்றுதான். அனுபவங்கள் இயல்பானவை. ஒரு மையம், ஒரு திறப்பு நிகழும் விதமாக இதை அமைக்கும்போது நாம் மறு ஆக்கம் செய்யவேண்டியுள்ளது. அங்கு புனைவு வந்து சேர்கிறது.

என் அனுபவங்கள் எனக்கு மட்டும் உரியவை. என் குழந்தை எனக்கு அளிக்கும் பரவசம் தந்தையாக இருப்பதனாலேயே நான் அடைவது. அது பிறருக்குக் கிடைக்காமல் போகக்கூடும். ஆனால் அவ்வனுபவத்தை நான் மானுடப் பொது அனுபவத்தின் தளம் நோக்கி நீட்டினால் எல்லா அனுபவங்களும் எல்லாருக்கும் உரியனவாகி விடுகின்றன. அதாவது அனுபவங்களில் இருந்து நான் அகவெளிச்சம் ஒன்றை நோக்கிச் சென்று சேர்கிறேன். வாசகர்களுக்கு அவ்வக வெளிச்சத்தை அளிக்கிறேன். அதில் தொடங்கி என் அனுபவம் நோக்கி வாசகர் வர முடியும்.

இந்நூலைத் தொடுபவன் என்னைத் தொடுகிறான் என்றார் ஓர் எழுத்தாளர். இச்சிறு நூலைப் பற்றி அதைச் சொல்லத் துணிவேன்.

இருபது வருடங்களுக்கு மேலாக என் மீது மாறாத அன்பு கொண்ட நண்பர் ராஜமார்த்தாண்டனுக்கு இந்த எளிய நூலை சமர்ப்பணம் செய்கிறேன்.

இந்நூலின் முந்தைய பதிப்புகளை வெளியிட்ட கவிதா பதிப்பகத்திற்கும் இப்போதைய பதிப்பினை வெளியிடும் கிழக்கு பதிப்பகத்திற்கும் நன்றி.

ஜெயமோகன்

பொருளடக்கம்

1. முடிவின்மையிலிருந்து ஒரு பறவை — 15
2. மூக்குத்தியும் கடலும் — 23
3. களம் — 30
4. பாதையில் ஒரு கூழாங்கல் — 33
5. தரிசனம் — 40
6. அவதாரம் — 48
7. கடைசி வரை — 59
8. ஆதி — 65
9. பாலை — 70
10. புதுப் புனல் — 76
11. மூன்றாவது சீட்டு — 82
12. யோகி — 89
13. லாவா — 95
14. கண்ணன் ஒரு கைக்குழந்தை — 102
15. சாப்ளின் — 108
16. குதிரைவால் மரம் — 111
17. உலகெலாம்... — 115
18. மகாராஜாவின் இசை — 118
19. தேசம் — 124
20. தனிமொழிகள் — 127

முடிவின்மையிலிருந்து ஒரு பறவை

1990-ல் திருவண்ணாமலை முற்போக்கு எழுத்தாளர் சங்க நண்பர்களுடன் எனக்கு அறிமுகம் ஏற்பட்டது. பவா செல்லத்துரை, கருணா, ஓவியர் பல்லவன், சந்துரு முதலிய நண்பர்களுடன் இருந்த நட்பு இப்போதும் நினைவில் இனிப்பது.

அந்நாட்களில் ஒரு முறை, பவா தற்செயலாக விசிறி சாமியாரைப் பற்றிச் சொன்னார். பாலகுமாரனைப் பற்றிய ஓர் உரையாடலின் நீட்சியாக.

விசிறிசாமியார் அழுக்கு உடையும், விசிறியும், வெடிச்சிரிப்பும், உடைந்த ஆங்கிலப் பேச்சுமாக சிறுவியாபாரிகளிடம் பிச்சை யெடுத்து உண்டபடி திருவண்ணாமலையில் தங்கியிருந்த நாட்களிலேயே பவா செல்லத்துரைக்கு அவரிடம் அறிமுகம் இருந்தது. படிப்படியாகவே அவருக்கு ஒரு முக்கியத்துவம் ஏற்பட்டது. உள்ளூர்க்காரர்களுக்கு அவர் ஒரு பிச்சைக்கார ராகவோ பைத்தியமாகவோ தான் தென்பட்டிருக்கிறார். அவரைக் கவனித்தது, கோயிலுக்கு வந்து போகும் பயணிகள். முதலில் ஓர் எளிய சுற்றுலாக் கவர்ச்சியாக இருந்தார். பிறகு யோகியாக அறியப்படலானார்.

அவர் ஆங்கிலச் செய்தித்தாள்கள் படிப்பதையும், ஆங்கில நூல்களின் தொகுப்பு ஒன்று கோபுரமுடுக்கு ஒன்றில் வைத்தி ருப்பதையும் கண்டுதான் பவாவுக்கு அவர் மீது ஆர்வம் ஏற்பட்டது. இலக்கிய நண்பர்களுடன் சேர்ந்து அவரைச் சந்தித்துப் பேசுவது வழக்கமாயிற்று. "இலக்கிய அரங்கில் என்ன நடக்கிறதென்று கேட்டுத் தெரிந்துகொள்வார்" என்றார் பவா. இரண்டு சம்பவங்கள் அவர் கூறியது என்னை மிகவும் கவர்ந்தது. ஒன்று: ஒருமுறை முற்போக்கு எழுத்தாளர் சங்க மாதாந்தரக் கூட்டத்துக்கு அவரை ஒரு வேடிக்கைக்காக பவா அழைத்தார்.

சொன்ன நேரத்துக்கு சாமியார் விசிறி சகிதம் வந்து அமர்ந்து முழுக் கூட்டத்தையும் கேட்டார். புரியாத தமிழ் விஷயங்களைக் கேட்டுத் தெரிந்துகொண்டார். “கூட்டமே ஒரு வினோத மனநிலையில் இருந்தது” என்றார் பவா. இரண்டு: அப்போது அவர் யோகியாக பிரபலமாகி, பெரிய மனிதர்கள் காரில் வந்து காலில் விழத் தொடங்கிவிட்டிருந்தார்கள். இலக்கிய அரட்டை நடந்துகொண்டிருந்தபோது வெளியே மழைத் தூறல் போட்டது. சாமியார் வெளியே சென்று எல்லா செருப்புகளையும் அள்ளி உள்ளே போட்டார். தோல் செருப்புகள் என அவர் கவனித்திருந்தார்.

‘துறவு’ என்றால் ‘எளிமை’ என்றுதான் பொருள். சகஜமான எளிமையே உண்மையான துறவின் அடையாளம். எனவே, எனக்கு அவர் மீது ஆர்வம் ஏற்பட்டது. ஆனால், பல துறவிகளைச் சந்தித்த அனுபவம் என் நினைவில் கசந்தது. பவா, “பார்க்க விருப்பமா?” என்று கேட்டார். “சரி ஏற்பாடு செய்யுங்கள்” என்றேன். “ஏற்பாடு என்ன ஏற்பாடு; வாருங்கள் போவோம்” என்று பவா கிளம்பினார். கூடவே நானும் போனேன்.

பழைய வீடு ஒன்றின் திண்ணை; வீட்டு முகப்பில் ஒரே கூட்டம். சற்றுத் தள்ளி பெரிய பாதையில் பல வகைக் கார்கள். எல்லோர் கரங்களிலும் மலர் மாலைகள், பழங்கள். பெரும்பா லானவை சிவந்த வட இந்திய முகங்கள். பவா கூட்டத்தை விலக்கி ஊடுருவினார். உள்ளே தரையில், வெண்ணிற ஆடை அணிந்த பெண்கள் கூட்டம் அமர்ந்து “யோகி ராம் சுரத்குமார்! யோகி ராம் சுரத்குமார்!” என்று வாத்தியங்களுடன் பஜனை செய்து கொண்டிருந்தது. சிறு திண்ணை முழுக்க ஒரே கூட்டம். கலைசல், வியர்வை. நடுவே, சாமியார் வண்ண உடையில் அமர்ந்திருந்தார். தரையில் விசிறி. நல்ல ஆஜானுபாகுவான மனிதர், வயோதிகத்தில் தளர்ந்தவர்.

“சாமி நாந்தான் பவா” என்று பவா கூவினார். பலர் கடுகடுப்புடன் திரும்ப, சாமியார் நான் சற்றும் எதிர்பார்த்திராத முறையில் கடகடவென்று பயங்கரமாகச் சிரித்து, “ஆ..., பவா, வாவாவா, எங்கே கருணா?” என்றார். தன் முன் அமர்ந்திருந்த சேட்டுக் கும்பலிடம் “எழுந்து தள்ளி உட்காருங்கள்” என்றார். அவர்கள் பேச்சு அறுபட்ட கடுப்புடன் எழுந்து விலகினார்கள்.

“சாமி இது ஜெயமோகன், தமிழ் எழுத்தாளர்...” பவா சொன்னார்.

“ஆ... ரப்பர்! ஜெயமோகன். வா வா” என்று இடத்தைக் காட்டி அமரச் செய்தார் சாமியார்.

சற்று நேரம் சங்கடமான அமைதி. “உங்களைப் பார்க்க வந்தார்” என்றார் பவா.

“என்னைப் பார்க்கவா? நான் பிச்சைக்காரன். என் தந்தை உன்னை ஆசீர்வதிப்பார்” என்றார் சாமியார்.

நான் சற்று நேரம் பேசாமல் அமர்ந்திருந்தேன். அவர் முகம் வினோதமானது. முதுமை பரவிய பழுத்த கண்கள், ஒரு கண் சற்று கீழிறங்கி, கலங்கி இருந்தது. நரைத்த தாடி சிறிய மின்விசிறி காற்றில் அசைந்தது. சாமியார் கைகாட்டியதனால் மின்விசிறி நின்றுவிட ஒரு வித கனத்த மௌனம். சுற்றிலும் ஈ போலப் பறக்கும் பார்வைகள். சாமியார் என்னைப் பார்த்தவாறிந்தார். பிறகு திடீரென்று நட்பாகச் சிரித்தபடி, “பேசு” என்றார்.

நான் அன்று சீண்டிப் பார்க்கும் துடிப்பு நிரம்பிய இளைஞன் இன்று என்னைச் சீண்ட இளைஞர்கள் தேடி வருகிறார்கள். “நீங்கள் யோகியா?” என்று கேட்டேன்.

“என் தந்தைக்குத் தெரியும். நான் பிச்சைக்காரன்...”

“பிச்சைக்காரனைப் பார்க்கவா இத்தனை தொழிலதிபர்கள்?” என்று கேட்டேன்.

‘அது தானே!’ என்பதுபோல., அவரும் சுற்றுமுற்றும் பார்த்தார். பிறகு அந்தப் பயங்கர வெடிச் சிரிப்பு. தொப்பை குதியாட்டமிட்டது.

“இவர்களுக்குத் தேவையெல்லாம் ஒரு சிலை தான். நீங்கள் இறந்து போனால் இன்னமும் சந்தோஷப்படுவார்கள். உடனே சிலையாக மாற்றிவிடலாமல்லவா? அதற்காகத்தான் காத்திருக்கிறார்கள்....” என்றேன்.

“பாவம். நல்ல மனிதர்கள். நிறைய கஷ்டங்கள். என் தந்தை அவர்களை ஆசிர்வதிப்பார்.”

"நீங்கள் இங்கே என்ன செய்கிறீர்கள்? இவர்களுக்கு ஆசிர்வாதம் அளிக்கிறீர்களா?"

"நான் பிச்சைக்காரன். பிச்சை எடுக்கிறேன்."

"பிச்சைக்காரன் எப்போதுமே தனியான மனிதன்."

"ஆம். அவனுக்கு என் தந்தையைத் தவிர வேறு எவருமில்லை. இந்தப் பிச்சைக்காரனும் தனியன் தான்."

நான் இப்போது அவருடைய சமநிலையால் சீண்டப்பட்டேன், "நீங்கள் பாலகுமாரனின் குருவா?" என்றேன்.

"நல்ல மனிதன். என் தந்தை அவனை ஆசிர்வதிக்கட்டும்."

"அவர் காமத்தை எழுதி விற்கிறார். உங்களுடைய ஆசி அதற்கு உண்டா?"

மீண்டும், "என் தந்தை அவனை ஆசிர்வதிப்பார்" என்றார்.

"இந்த விசிறி எதற்கு?"

"இது என்னுடன் இருக்கிறது."

மேற்கொண்டு என்ன பேசுவது என்று தெரியவில்லை. திடீரென்று பவா சொன்ன விஷயம் ஒன்று ஞாபகம் வந்தது.

"பாப்ரி மஸ்ஜித் இடிக்கப்பட்டபோது நீங்கள் அழுததாக பவா சொன்னார். நீங்கள் துறவிதானே, உங்களுக்கு ஏன் லௌகீகக் கவலைகள்?"

"நான் துறவி அல்ல; பிச்சைக்காரன்."

அவரது கண்களில் மிகவும் பிரியமான புன்னகைதான் இருந்தது; குறும்பாக விளையாடும் தாத்தா போல.

"ஒரு கோணத்தில் நீங்கள் தல்ஸ்தோய் போல இருக்கிறீர்கள்..."

"போரா அமைதியா?" என்று கேட்டுவிட்டு உரக்கச் சிரித்தார். கையால் தரையை அடித்து வெடிச்சரம் போல சிரித்தபடியே இருந்தார்.

நான் என் அந்தரங்கமான ஒரு மனத்தடையை இழந்தேன். இந்தக் கணத்தில் மென்மையான ஒரு வருடலாக நான் உணர்ந்த ஒன்றை, பிற்பாடு குரு நித்ய சைதன்ய யதியின் சொந்த நூல்

வெட்டுச் சேமிப்பு ஒன்றைப் பார்த்தபோது தெளிவான ஒரு கருத்தாக மாற்றிக்கொண்டேன். சிரிக்கத் தெரியாதது ஆன்மிகமே அல்ல; சுய எள்ளல் ஆன்மிகத்தின் அடிப்படைகளில் ஒன்று. குரு நித்யா அந்தத் தொகுப்பில் 'ஓம்'காரம், தியானம், முதலியவற்றைக் கிண்டல் செய்யும் கார்ட்டூன்களைத் திரட்டி வைத்திருந்தார். 'ஓ...ம்' என்று யோகி இருக்க, அருகே, 'மோ.....' என்று பசுமாடு (திருப்பிக்) கூவும் படம் என்னையும் சிரிக்க வைத்தது. நான் சற்று முன்னகர்ந்து, " ஒரு எழுத்தாளனாக எனக்குப் பல முக்கியமான ஐயங்கள்" என்றேன்.

'சொல்லு' என்பது போல கையசைத்தார்.

"நான் எதை எழுதவேண்டும்? நன்மை தீமை என்ற மரபான பாகுபாட்டில் நன்மைக்காக வாதாட வேண்டுமா நான்? எனக்கு அது தெளிவாக இல்லையே."

"நல்லியல்பே வழி நடத்துகிறது (Goodness leads) என்றார், சாமியார். "என் தந்தை உனக்கு வழிகாட்டுவார்."

எனக்கு அந்த இரண்டு சொல் வாக்கியம் புரியவுமில்லை, திருப்திகரமாகவும் இல்லை. எனினும் மேலும் கேட்டேன்.

"என்னுடைய எழுத்தில் நான் என்னுடைய உணர்வுகளையும் தேடலையும் நம்பிக்கைகளையும் தானே முன் வைக்க முடியுமா? எழுத்து அந்தரங்க சுத்தியுடன் இருக்கவேண்டும் என்று விரும்பு கிறேன்..."

"எழுத்து எவருடைய சுயமும் அல்ல... (Writing is nobodys self)" என்றார் சாமியார்.

அது எனக்கு ஒரு பெரிய அடிபோல இருந்தது. எழுதி முடிக்கும் போது மனம் போடும் கூக்குரல் அது. 'இது என் சுயமல்ல!' ஆனால், அப்பால் ஒன்று, என் சுயமாக ஆகும் ஓர் எழுத்து, எனக்காகக் காத்திருக்கிறது என்றும் ஒரேயொரு காலடி தான் மீதி என்றும் தோன்றும். அது இலக்கியத்தின் மாயம். எழுத்தாளனை மீட்பின்றி தன்னுள் ஆழ்த்தியுள்ள மாயை.

"நான் என்றாவது என் எழுத்தை நிறுத்திவிட நேருமா?"

"ஆம்" என்றார் என் கண்களைப் பார்த்தபடி.

பதில் இன்றி, மேலே கேட்க தைரியம் இல்லாது அப்படியே அமர்ந்திருந்தேன்.

பிறகு, கூட்டத்தைப் பார்த்துவிட்டு, "நான் கிளம்புகிறேன். உங்களுக்காகப் பலர் காத்திருக்கிறார்கள்" என்றேன்.

"இல்லை உட்கார்" என்றார் அவர் திடமாக.

நான் அவர் முன் உட்கார்ந்திருந்தேன். அவர் முகத்தின் மீது என் பார்வை படிந்திருந்தது. வெகுநேரம் ஏதும் பேசவில்லை; பேச வேண்டும் என்று உணர்ந்தபோது, "நீங்கள் இப்போது ஏதும் படிப்பது இல்லையா?" என்றேன்.

"இல்லை" என்றார்.

"பிரமிள் உங்களைப் பார்க்க வந்திருந்தாரா?" என்றேன்.

"ஆமாம். நல்ல மனிதன். என் தந்தை அவனை ஆசிர்வதிப்பார்."

பாலகுமாரனைப் பற்றியும் அதைத்தான் சொன்னார் என எண்ணினேன். எதையோ கேட்க முற்பட்டு அடக்கிக் கொண்டேன்.

எனக்கு மணமாகிவிட்டதா? என்றார். ஆம் என்று சொல்லி மனைவி பெயரைச் சொன்னேன். தன் தந்தையின் ஆசி அவருக்கு உண்டு என்றார்.

நான் மீண்டும் கிளம்ப யத்தனித்தேன். ஆனால், அவர் என்னை உட்காரச் சொன்னார்.

"இந்தக் கும்பல், இந்தப் பிரார்த்தனைகள் இதெல்லாம் உங்களுக்குத் தொந்தரவாக இல்லையா?" என்றேன்.

"நல்ல மனிதர்கள். என் தந்தை அவர்கள் கஷ்டங்களைத் தீர்த்து வைப்பார்" என்றார்.

"ராம் சுரத்குமார் என்பது உங்கள் சொந்தப் பெயரா?"

"நான் பிச்சைக்காரன்."

"நீங்கள் எந்தக் கருத்துகளை உபதேசம் செய்கிறீர்கள்?"

"என் தந்தை அனைத்தும் அறிபவர். நான் பிச்சைக்காரன். இங்கே அமர்ந்திருக்கிறேன். எனக்குப் பழம், பலகாரம் எல்லாம் தருகிறார்கள்…" அவர் மீண்டும் உரக்கச் சிரித்தார்.

இம்முறை எப்படியோ அச்சிரிப்பில் நானும் கலந்து கொண்டேன்.

"நீங்கள் அற்புதங்கள் நிகழ்த்துவதாகச் சொல்கிறார்கள்!"

"என்ன?"

"அற்புதம்!"

கையைத் தரையில் அடித்து ஓங்கிச் சிரித்தார். பிறகு, தன் காலை நீட்டினார். நரம்பு புடைத்த வயோதிகக் கால். வெகு நேரமாக அமர்ந்திருந்த வலி தீர அதை நீவிவிட்டார். அதைத் தொட்டு நீவி விட விரும்பினேன். ஆனால், ஓர் அகங்காரம் தடுத்தது.

காத்திருப்பவர்கள் பொறுமையிழக்க ஆரம்பிப்பது தெரிந்தது. நான் மீண்டும் எழ முயல, அவர் உட்காரச் சொன்னார்.

"பிறகு வருகிறோம் சாமி" என்றார் பவா.

"எப்போது வருவாய்?"

"அடுத்த வாரம்."

"கண்டிப்பாக வா. இவரையும் கூட்டிவா..." என்றார். என்னிடம், "வருவாயா?" என்றார்.

"ஆம்."

"மனைவியுடன் வா."

"சரி" என்றேன்.

அவர் எனக்கு ஒரு ஆப்பிளைப் பரிசளித்தார். "உன் மனைவிக்குக் கொடு" என்றார்.

விடைபெற்றுக் கிளம்பினோம். 'கிட்டத்தட்ட இரண்டு மணி நேரம் செலவிட்டிருக்கிறோம்' என உணர்ந்தபோது வியப்பாக இருந்தது.

பிறகு, அவரை நான் சந்திக்க முடியவில்லை. மனைவிக்கு வேலை உத்தரவு, பயிற்சி என்று ஆறுமாதம் அலைச்சல். பிறகு பிரசவம். குடும்பம் உருவாகும் சிரமங்கள்.

அவரை நான் எரிச்சல் மூட்டியிருப்பேனா என்று பிறகொரு முறை குரு நித்யாவிடம் கேட்டேன்.

வாழ்விலே ஒரு முறை ❋ 21

"அதற்கு உன்னால் முடியும் என்று நினைக்கிறாயா?" என்றார் குரு நித்யா. அப்போது மாலை நேரம். நடையை நிறுத்தி, சில்வர் ஓக் மரங்களின் அந்த நிழல் நீள்வதைப் பார்த்தபடி நின்றார்.

"அவர் யார் யோகியா, ஞானியா, வெறும் வயோதிகரா?" எனக் கேட்டேன்.

"பறவைகளுக்குப் பெயர் உண்டா?" என்றார் குரு நித்யா சிரித்தபடி, "பறவைகளுக்கு நாம் பெயர் போடுகிறோம். கருங் குருவி, ரெட்டைவால் குருவி, பஞ்சவர்ணக்கிளி என்றெல்லாம். ஓர் இறகை வைத்து, ஒரு நிறத்தை வைத்து, ஒரு குரல் ஒலியை வைத்து, பறவை என்பது அந்த அடையாளம் மட்டும்தானா?"

ஒரு வருடம் கழித்து யோகியைச் சந்திக்க முயன்றேன். பவாவுக்கே அனுமதி கிடைப்பதில்லை என்றார். அவரைச் சுற்றி உருவாகிவிட்ட அமைப்பின் உத்தரவு பெற்று உள்ளே ஊடுருவ கணிசமான செல்வாக்கும் முயற்சியும் தேவை என்றார். நானும் நேரடியாக முயற்சி செய்தேன். இரு முறை கூட்டத்தோடு கூட்டமாக நின்று தொலைதூர 'தரிசனம்' மட்டுமே சாத்தியமாயிற்று. கடைசிச் சந்திப்பு அவருக்கென உருவான மாபெரும் மண்டபத்தில். அக்கட்டடத்தின் ஆணவம் மிக்க விரிவில், குரல்கள் கசங்கும் வெளியில், சம்பந்தமேயற்றவராக அவர் அமர்ந்திருந்தார்.

ஒரு பறவை, பெயரின்மையின் வெளியில் இருந்து நம்மிடம் வந்தது. நாம் செய்வது, உடனடியாக ஒரு கூண்டு செய்வதுதான். தங்கக் கூண்டானால் என்ன? பிறகு, அப்பறவை பறந்து சென்ற பின், அக்கூண்டுக்கு ஏற்ப ஒரு பறவையைக் கற்பனை செய்து கொள்கிறோம். அதுவே, அப்பறவை என நம்ப விரும்புகிறோம். நம்பவைக்கும் புராணங்கள், ஐதீகங்கள், உபன்னியாசகர்கள்...

யோகிராம் சுரத்குமாரின் பளிங்குச் சிலையை நெருங்கி நின்றேன். காதில் அந்தப் பழைய வெடிச்சிரிப்பைக் கேட்டேன்.

மூக்குத்தியும் கடலும்

குடும்பத்துடன் கன்னியாகுமரிக்குப் போயிருந்தேன். கடற்கரையில் நிற்கும்போது மனம் அமைதியிழப்பதும், திரும்பிய பிறகு கடலின் நினைவு மனதை விரிய வைப்பதும் எத்தனை முறை யோசித்தாலும் புரியாதது.

கடல், நாம் எப்போதும் கண்டபடியிருக்கும் ஒன்றின் புறத்தோற்றம். குறிப்பாக கன்னியாகுமரியின் கடல். எங்களூரில் பாட்டி வடைசுட்ட கதைக்குப் பிறகு குழந்தைகள் கேட்கும் அடுத்த கதை தேவியின் தனிமைதான். கன்னியாகுமரி கடல் முகம் இப்போது அசிங்கமான ஒரு கடைவீதி. ஒரு வேளை உலகிலேயே நாற்றம் பிடித்த கடற்கரை. ஆனாலும் மற்ற எந்தக் கடற்கரையிலும் இல்லாத தனிமை இந்த அலைகளிலிருந்து நம்மை அடைந்தபடியே இருக்கிறது. யுகயுகங்களாகச் சுடரும் மூக்குத்தியுடன் ஒரு கன்னி கடற்கரையில் தன்னந்தனிமையில் காத்து நிற்கிறாள். மாபெரும் கவிஞர்கள் கரைந்து சேர்ந்த மண்ணில் மட்டும் முளைக்கும் கற்பனை.

கிழக்கு வாசலுக்கு அப்பால் எப்போதுமே அலைவேகம் அதிகம். தேவியின் மூக்குத்தி ஒளி பட்டால் கடல் எல்லை தாண்டிவிடும் என்று வரலாறு. முழுக்க மூடியிருக்கும் வாசலுக்கு வெளியே ஊக்கு, பொட்டு, வளையல் வியாபாரம், சிரித்தபடி, வெட்கியபடி, குழந்தையிடம் கொஞ்சியபடி செல்லும் பெண்கள்.

சைதன்யாவுக்கு அப்பெயர் உதடுகளில் மாட்டிக் கொண்டு விட்டது. சிறு சுவரில் ஏறி மணலில் குதிக்கும்போதும், பாவாடையைத் தூக்கியபடி எம்பித்தாண்டும் போதும், "கன்னாமரி" "கன்னாமரி!" என்று ஒலித்துக்கொண்டிருந்தாள். ஆகாய நீலப் பட்டுப் பாவாடை. அவளுடைய முதல் பாவாடை அது.

கன்னியாகுமரிக்கு அதைத்தான் போட்டு வர வேண்டும் என்று எனக்குத் தோன்றியது.

பின்பு, அவள் கடலை நோக்கி அப்படியே நின்றாள். குட்டைத் தலைமயிர் எழுந்த பறந்தது. நீலச்சிறகு போல பாவாடை படபடத்தது. "அப்பா!" என்றாள் பார்வையைத் திருப்பாமலே.

"என்னம்மா?"

"கன்னாமரி என்னைப் பிடிக்க வருது..."

நான் அவள் தலையைத் தொட்டு "இங்க வராதும்மா, அங்க தானே அது இருக்கு?" என்றேன்.

"அது என்ன என்னை பண்ணும்?"

"ஒன்றும் செய்யாது, ரொம்ப பாவமான கன்யாகுமரி தானே அது."

கண்கள் சுருக்கி கடல்நீலத்தைப் பார்த்தபடி அப்படியே நின்றாள், சின்ன சொப்பு பொம்மைபோல. அவள்முகத்தில் அந்தத் தீவிரத்தை அதற்கு முன் பார்த்ததேயில்லை. அழப் போகிறாள் என்று தோன்றியது.

"எதுக்கு அப்பா கன்னாமரி அழுவுது?" குனிந்து அவள் கண் களையும் பிதுங்கிய உதடுகளையும் பார்த்தபோது, வயிற்றில் இருந்து துக்கம் எழுந்து மார்பை இறுக்கியது. குழந்தைகளில் மிக அபூர்வமாக மட்டுமே தெரியும் ஆழமான துக்கம் அவள் முகம் முழுக்க நிரம்பியிருந்தது.

"கன்யாகுமரிக்கு என்னவோ துக்கம், அதுதான்" என்றேன்.

"ஏம்பா துக்கம் கன்னாமரிக்கு?"

"கன்யாகுமரியால் இந்தப் பாறைகளைத் தாண்டி வர முடியாது அல்லவா? அதுதான் துக்கம்."

"ஏன் வர முடியாது?"

"கன்னியாகுமரியைக் கட்டிப் போட்டிருக்கிறார்கள்"

"ஆரு?"

"வேறு யார், சாமி தான்!" (பதில்கள் தரைதட்டிய ஏதோ அப்பா தான் கடவுளைக் கண்டுபிடித்தார்.)

"சாமியா அப்பா கட்டிப் போட்டது?"

"ஆமாம். இல்லாவிட்டால் வெள்ளம் ஏறி நம் வீடும் ஊரும் எல்லாம் மூழ்கிப் போய் விடாதா?"

அது சைதன்யாவுக்குப் புரிந்தது போல பெருமூச்சு விட்டாள்.

இருட்டு கனத்து வந்தபோதுதான் சைதன்யாவைத் தூக்கிக் கொண்டேன். அஜிதன் மாலுமியாகக் கடலில் தொலைவில் அங்கே போனால் வானத்தைப் பிடித்துவிடலாம், போவதைப் பற்றி அருண்மொழியிடம் சொல்லிக் கொண்டிருந்தான். கடல் எவ்வளவு பெரியது. ஆகவே, உலகின் மாபெரும் வீரன் ஒரு மாலுமியாகவே இருக்க முடியும். "அப்பா, சில்வஸ்டர் ஸ்டாலோனுக்குக் கப்பல் ஓட்டத் தெரியுமா?"

சைதன்யா என் தோளில் முகம் புதைத்திருந்தாள். தூங்கி விட்டாள் என்று எண்ணி மெல்லத் திருப்பினேன். தூங்கவில்லை.

"அப்பா" என்றாள் மெல்லிய குரலில்.

"ஏம்மா?"

அவள் பெருமூச்சு விட்டபடி "கன்னாமரி ராத்திரி எங்கப்பா போகும்?"

இரவில் கன்யாகுமரி இருட்டாக மாறிவிடும். நட்சத்திரங் களும் குளிர்ந்த காற்றும் ஆகும். சைதன்யாவின் உடல் பறவை யின் அடிவயிறு போல மெல்லிய துடிப்புடன், இளஞ்சூட்டுடன் என் கைகளில் கனமற்றிருந்தது. அவள் மெல்ல முனகியது போலக் கேட்டது.

"என்னம்மா?" சைதன்யா என் கழுத்தை வளைத்துப் பிடித்து "சாமி கெட்டது" என்றாள். ஏன் என்று மீண்டும் மீண்டும் கேட்டேன். அவளால் ஒன்றும் சொல்ல முடியவில்லை. ஆனால், அழுத்தமாக "அந்த சாமி ரொம்ப ரொம்பக் கெட்டது" என்றாள்.

இரவில் எப்போதோ விடுதி அறையில் விழித்துக்கொண்ட போது அறைக்குள் குளிர் காற்றாகவும், அலையோசையாகவும் கன்னியாகுமரி என்னைச் சூழ்ந்திருந்தது. மூவரும் தூங்கிக் கொண்டிருந்தார்கள். (பெரியவர்கள் தூங்கும்போது விழுந்து, பாதி மண்ணில் புதைந்த கற்சிலைகள் போலிருக்கிறார்கள். குழந்தைகள் வேகத்தின் உச்ச உறைவில். சைதன்யா ஓடிக்

கொண்டிருந்தாள். அஜிதன் பாலத்திலிருந்து குதித்துக் கொண்டி ருந்தான்.) நான் எழுந்து பால்கனிக்கு வந்தேன். கடல் மீன்பிடிப் படகுகளின் அசையும் செவ்வொளித் துளிகளுடன், இருளுக்குள் அலைகளின் வெண்கீற்றுகளுடன் வெகுதூரத்தில் தெரிந்தது. பார்வையைத் திருப்பினால் அது மிக அருகே வந்து விடும்.

முன்பு தேவியின் மூக்குத்தியின் ஒளியால் கவரப்பட்டு கரைக்கு வர முற்பட்டு பாறைகளில் மோதி கப்பல் உடைந்து மூழ்கிய அந்த மாலுமியைப் பற்றி எண்ணிக்கொண்டேன். அவன் மூழ்கும் முன்பு அந்த ஒளியின் மீதான கருணை நிரம்பிய இரு கண்களையும் கண்டிருப்பான். முக்தியின் நிறம் நீலம் என அறிந்திருப்பான்.

அம்மாவின் முகத்திலும் மூக்குத்தி இருந்தது. நீர்த்துளி போன்ற வெண்கல். அம்மாவின் கண்களுடன் சேர்ந்து அதுவும் பேசும், சிரிக்கும், கனியும், கோபிக்கும். 'கவிதை வரிக்கு முடிவில் போடப்பட்ட முற்றுப் புள்ளியே மூக்குத்தி' என்றான் ஏதோ கவிஞன். சிவனின் மூன்றாம் விழி நெற்றியில் எரியும் சூரியன். சக்தியின் மூன்றாம் விழி மூக்கு நுனியின் குளிர்ந்த நிலா.

இரவில் சிறுநீர் கழிக்க எழுந்து வருகையில் வெளியே ஒட்டுத் திண்ணையில் அம்மாவை ஒரு கணம் கழித்து உள் விலங்கின் எச்சரிக்கைப் புலனால் கண்டு திடுக்கிட்டு, "அம்மா" என்பேன். அவள் உடலின் நிழல்வடிவம் பிரிந்து வரும். எதிரே பச்சை சுடரும் கண்களுடன் நாய்.

"அம்மா"

மெல்லிய குரலில் "ஏன்டா?"

"ஏம்மா இங்கே உக்காந்திருக்கே?"

"சும்மா தான்."

"ஏன் தூங்கலே?"

"தூக்கம் வரல. நீ போய் படு."

ஒட்டி அமரும் போது அவள் உடல் பனியால் குளிர்ந்திருக்கும். உள்ளிருந்து வெம்மை கசிந்து வந்து ஒரு தருணத்தில் சுடுவது போல ஆகும். அகிற்புகை பிடிக்க அனல் கொட்டி வைத்த பாத்திரத்தின் மேலே தொடுவது போல.

ஒன்றும் நிகழாத இரவு கறுத்து கனத்து உறைந்து நிற்கும். சில சமயம் நிலா. அப்போது இரவு, நிழல்கள் மிதக்கும் பெருங் கடல். சில சமயம் நட்சத்திர வெளிச்சம். அப்போது இரவு அறுபடாத சில்வண்டொலியில் கோத்த இமைக்கும் விழிகளின் முடிவின்மை. தென்னை ஓலைகள் உலையும் போது இருள் ஆயாசத்துடன் சற்று அசைந்து அமரும். துயரம் கனத்து விடிவு வரை ஏங்கியமர்ந்திருக்கும் தனிமைக்குப் பெயரா இரவு?

கனவுகள் சிதறிப் பரந்த பாதையில் நகர்ந்து, பின்பு தன்னை இழந்து மீண்டு, விழிப்பில் முதல் நினைவாக அம்மா. எழுந்து... கதவு கிரீச்சிடத் திறந்து வெளியே வரும்போது அதே இரவு நட்சத்திரங்கள் இடம் மாறிய வானம். அம்மா அதே இடத்தில் ‘ஒன்றுமில்லைடா. நீ போய் படு. சும்மா உட்கார்ந்திருக்கிறேன். ஆமாடா. சும்மாதான்.’

ஓர் இரவில் வாசல் திறக்கையல் ஒரு தரை விண்மீன் போல நிலைத்த மின்மினியின் துளி. பதைத்த ஒற்றைக் கண் பார்வை. அதைச் சுற்றி நிழல் ரேகையாக அம்மா வந்தபோது, அது மூக்குத்தியாயிற்று. புராதானக் கோயிலின் இருட்டு செறிந்த கர்ப்பக்கிருகத்துக்குள் அம்மன்.

காசர்கோட்டில் கடற்கரையில் பழைய முஸ்லிம் வீடு ஒன்றில் புத்தகங்களும், பெருச்சாளிகளும், நூலாம்படையுமாக வசித்து வந்த நாட்களில், ஒவ்வொரு மணற்பரலுக்கும், ஆயிரம் மடங்கு கனமேறும் தனிமையில், தற்கொலை செய்துகொண்ட அம்மாவின் நினைவு ஆறாத பேய்போல என்னைத் தொடர்ந்து கொண்டிருந்தது. வீட்டுக்கு மிக அருகே கடல், நிலவின் கடலேற்றம் சில சமயம் வீடிருந்த தோப்புக்குள் ஊடுருவி, நடனமிடும். உருகி வழியும் தலைகீழ்த் தோப்பு ஒன்றை வீட்டைச் சுற்றி விரித்துப் போடும். எப்போதுமே கடலோசை என் எண்ணங்களின் பின்னணியாக இருந்த காலம்.

என் கடிவாளத்தை வேறு யாரோ பிடுங்கிக்கொண்டார்கள். ஆகவே, அதை குதிரையின் முதுகு மீது போடும் சுதந்திரம் எனக்கிருக்கவில்லை. நான் போகும் இடங்கள் எனக்கே தெரியாதவை. தூக்கம் மறந்த இரவுகளில் தினமும் கடற்கரையில் சென்று அமர்வேன். காசர்கோட்டில் மீன் வலைத்தல் குறைவு. கடற்கரையோரமாக மீனவர் வீடுகளும் இல்லை. அந்த

அளவுக்குத் தனிமை நிரம்பிய கடற்கரையை வேறு எங்குமே நான் கண்டதில்லை. இரவில் மணல்மேடு மீது கலங்கரை விளக்கம் மட்டும், முடிவற்ற இருளலைகளைத் துழாவியபடி நிற்கும். அதன் கீழே அமர்ந்து கடலில் ஒளி வரையும் அர்த்தமற்ற சித்திரங்களைப் பார்த்தபடி அமர்ந்திருப்பேன்.

கலங்கரை விளக்கின் முன்னால் அதன் நான்கு திசை ஒளிக் கதிர்கள் உருவாக்கும் நான்கு கோணங்களிலான நிழல்கள் ஒன்றோடொன்று பின்னி வலை நெய்யும். அவ்வலை மீது அமரும் போது நான்கு இருண்ட திசைகளிலும் நுனி கட்டப்பட்ட பெரும் சிலந்தி வலையில் அகப்பட்ட சிறு பூச்சியென ஆவேன். நினைவுகள், பிம்பங்கள்... ஆனால் எவையுமே கோர்வையாக ஆகி உணர்வலைகளைக் கிளத்துவதில்லை. ஊமை உக்கிரம் கவிந்த ஒரு மனநிலை அப்படியே பல மணிநேரம் நீடித்து, பின்பு கற்பாறைகளைத் தூக்கி மூளை மீதும் உடலுறுப்புகள் மீதும் வைத்ததுபோல களைப்பு வந்து மூடும்.

கலங்கரை விளக்கக் காவலர் ஒரு நாள் விசாரித்தார். சும்மா தான். தூக்கம் வரவில்லை. ஆமாம் நள்ளிரவு தாண்டிவிட்டது. நீங்கள் போய்ப்படுங்கள். ஒன்றுமில்லை. சும்மா உட்கார்ந்திருக்கிறேன். ஆமாம், சும்மாதான்... பின்பு, அவர் என்னை எப்படியோ வகுத்துக் கொண்டார். நான் வரக் கண்டால் மெதுவாகத் தலையை மட்டும் ஆட்டுவார், ஒரு சொல் கூடப் பேச மாட்டார். அதிகாலையில் மயில் அகவல் போல குரலெழுப்பியபடி ஒரு வகை கடற்பறவை கடல் மீது இருளில் பறந்து துயிலெழுப்பும். அதற்கு கடற்கரிச்சான் என்று நான் பெயரிட்டிருந்தேன். அதன் குரல் 'சரிதான்!' என்பது போலிருக்கும். அதன் பின் எழுந்து கனத்த இமைகளுடன் வந்து விழுந்து தூங்குவேன், அடிக்கடி திடுக்கிட்டு விழித்தபடி.

ஒரு விழிப்பில் அந்த மூக்குத்தியைக் கண்டேன். சிதைக் குழிக்குள் அணையாத கடைசிக்கனல் துண்டு போலும் அது. பின்னிரவில் விழித்துக்கொண்டபோது மூக்குத்தி ஒளியுடன் கடலோசையுடன் அம்மா கட்டில் மீது அமர்ந்திருந்தாள். அருகாமையின் தூலமற்ற தொடுவுணர்வை உடல் அறிந்தது. என் அலைகள் முழுக்கப் பாறைகளில் மோதிச் சிதறி, நுரைத்து, பின்வாங்கி மறைந்ததும், கண்ணீருடன் என் பிரக்ஞை விழித்துக் கொண்டபோது, அவ்வொளி ஒரு மின்மினியாக மாறிவிட்டிருந்தது. ஒரு பென்சில் இருந்தால் மெல்லிய கோடுகள் மூலம்

அதைச் சுற்றி அம்மாவை வரைந்துவிட முடியும். உக்கிரமாக மோதும் என் பிரக்ஞையின் மன்றாடல் மூலம் அவளை எழுப்பி விட முடியும் என என் மனம் பேதைமை கொண்டது.

கோடுகள் போதாது. அவற்றுக்கு அப்பால் இருண்டு விரிந்த கடலையும் வரையவேண்டும். கொந்தளிக்கும் அலைவெளி, மின்னும் விண்மீன்களும் பசித்த வாய்திறந்த பேருருவங்களும் அலையும் ஆழி. உலகைச் சுற்றி விரிந்த சமுத்திரம். ஒருபோதும் உறங்காத நீலம். யுகங்களாக மாலுமிகள் அலையும் திசையின்மை. மூழ்கி மறைந்த ஆழம். பேரழுத்தம் தங்கிய அடித்தள மௌனம்.

வாசலை மூடிவிட்டு வந்து படுத்துக்கொண்டேன். இமை மூடமூட உள்ளே திறந்தன இமைகள். ஆழத்தில் என் கண்கள் பிரமித்து சலனமற்றிருந்தன. சைதன்யா 'கன்னாமரி!' என்றபடி புரண்டு படுத்தாள். இந்தக் கடல் குரல் அவள் ஆழங்களுக்குள்ளும் செல்கிறதா என்ன? எழுந்து அவள் காதுகளைப் பொத்திக்கொள்ள வேண்டுமென எண்ணிக் கொண்டேன்.

களம்

எட்டுமணிக்குக் குழந்தைகள் பள்ளிக்கூடம் கிளம்பி விடும். ஒன்பது மணிக்கு நான் நடுவே ஒரு மணி நேரம் மின்னஞ்சல் பார்க்கும் நேரம். உலகம் என்னையும் நான் உலகையும் சன்னல் வழியே பார்ப்போம். பக்கத்து வீட்டுக் குட்டி மனோஜ் எல்.கே.ஜிக்கு கிளம்புவது எட்டரைக்கு. எட்டேகாலுக்கு பீறிட்டு வருவான்.

வாசல் கதவு தட்டப்பட்டது. "சைதன்யா அக்கா!" பிறகு மேலும் அழுத்தமாக "அஜிதன் அண்ணா!"

நான் அமைதியாக இருந்தேன். இன்று வாசலைத் திறக்க வேண்டாம். நான் இணையதளம் ஒன்றுக்கு ஒரு நீண்ட பதில் எழுதி பாதி துடித்து நின்றுகொண்டிருந்தது.

குரல் மாறுபட்டது "அஜிதனுக்கு அம்மா மாமீ." அவளும் வீட்டில் இல்லை என்று தெரிந்த பிறகு குரல் இடம் மாறியது. "கண்ணாடி வச்ச மாமா!"

பிறகு அரை நிமிடம் கனம் மிக்க சிந்தனை. "யாருமே வீட்டிலே இல்லையா?" மீண்டும் "வீட்டில் ஆருமே இல்லியா?"

பிறகு குழம்பிப் போன துயருற்ற வினா. "ஏன் ஆருமே வீட்டில இல்லாம இருக்கீங்க?"

எனக்குச் சிரிப்பு வந்தது. எழுந்து சென்று கதவைத் திறந்தேன். "அய் மாமா!"

"உள்ளே வா" என்றேன்.

"நான் வந்திட்டேன்" என்றபடி மனோஜ் குதித்து உள்ளே வந்தான். பூனைக் கண்களும் சிவந்த உதடுகளும் மாறாத குறுஞ் சிரிப்பும் கொண்ட வெண்ணிறமான குள்ளமான குண்டுப் பையன்.

“கண்ணாடி வச்ச மாமா எனக்கு சாக்லேட் இல்லாட்டி மிச்சர் இல்லாட்டி வாழப்பழம் ஒண்ணுமே வேண்டாம்.”

“ஒண்ணுமே இல்லியே” என்று பிரிட்ஜை திறந்தேன். இடுக்கு வழியாக உள்ளே நுழைந்து “அய்ய ஆப்பிள்” என்றான்.

“அது தக்காளி. இந்தா சிப்ஸ் சாப்பிடு.”

சிப்ஸைத் தின்றபடி குதித்துக் குதித்து வந்து சிந்தனையில் மூழ்கி ஒரு கணம் நின்றான். எதன் பொருட்டு இந்தத் தீனியை ஏற்பது? “மாமா நான் நல்ல பையன்.”

“ஆமாமா. பின்னே?”

“பென்சில் முனையை ஒடைக்க மாட்டேன். ரூபிணிதான் ஒடைப்பா. நான் அவளை அடிக்க மாட்டேன்.”

“சரி” என்று போய் அமர்ந்தேன்.

“நான் இனிமே எல்கேஜி கிடையாது. யூகேஜி அப்புறமா காலேஜ். புல்லட் வண்டி வாங்கி...” பார்வை ஃபேன் மீது பதிந்து நிற்க பேச்சு உறைந்து முகம் தீவிரமடைந்தது. “ஹெலிகாப்டர்!”

“எங்கே?”

“அதோ. அவங்க வந்தாச்சு.” சிப்ஸை வீசிவிட்டு குப்புற விழுந்தா... “டோ டோ டோ! டப டப டபன்...”

பயங்கரமான ஷெல் வீச்சு. மேலிருந்து சப்மெஷின்கன்னால் சுட்டார்கள். மனோஜ் பாய்ந்து போய் மேஜைக்கு அடியில் புதருக்குள் பதுங்கி கடுமையாகத் திருப்பித் தாக்கினான்.

ஜன்னல் திரைச்சீலையின் அடர்காட்டுக்குள் பீரங்கி வண்டிகள் முழங்கியபடி வந்தன. தனியொரு வீரனாக மனோஜ் திருப்பித் தாக்கினான். குண்டுகள் மழையாகப் பொழிந்தன. எதிரிகள் எங்கும் சிதறி விழுந்தார்கள்.

துப்பாக்கிகள் சீற குண்டுமழை நடுவே கூவியாடி பாய்ந்தோடி எதிரே வந்த டாங்கி மீது ஏறி அங்கே உள்ளவர்களைச் சுட்டு அதைக் கைப்பற்றினான்.

“கட்டில் மேல ஏறாதே” என்றேன்.

கட்டில் விளிம்பு மீது ஏறி குளம்புகள் ஒலிக்க கனைப்பொலி கிளம்ப காட்டில் விரைந்தான். காரில் பின் தொடர்ந்தார்கள்.

“காரில் வரானுங்க... காரிலே வரானுங்க” என்று கூவினான். காரின் ஹெட்லைட் ஒளிவிட்டது. தலையணையை எடுத்து காரின் முகப்புக் கண்ணாடி மீது வீசினான். நான் கம்ப்யூட்டரை பாய்ந்து பாதுகாத்தேன்.

குதிரை மலைச்சரிவில் இறங்கியது. பின்னால் எதிரிகள் ஓயாது சுட்டபடி பாய்ந்து சென்றார்கள்.

திடீரென்று ஓர் அழைப்பு. மனோஜ் எழுந்து “நான் வீட்டுக்குப் போறேன். எங்கம்மா என்னை சாக்லேட் சாப்பிட கூப்பிடறாங்க.”

“இல்லியே, கேக்கலையே.”

“கூப்பிடறாங்க. கதவைத் திறங்க.”

நான் கதவைத் திறந்தேன். மனோஜ் குதித்தோடி மறைந்தான். கதவை மூடிவிட்டுத் திரும்பி வந்தேன்.

என் அறைக்குள் நுழைய பயமாக இருந்தது.

(இதன் மூலம் ‘நியூ இண்டியன் எக்ஸ்பிரஸ்’ இதழில் வெளியாயிற்று.)

பாதையில் ஒரு கூழாங்கல்

இரண்டாவது ஆட்டம் முடிந்து நள்ளிரவில் ஓய்ந்த சாலை வழியாகத் திரும்பும்போது இரண்டு தலைப்புகளில்தான் விவாதம். பெண்கள், பேய்கள். “நீ பார்த்திருக்கியா?” என்று கோபாலன் கேட்டதும் முன்னால் நடந்த போத்தி நின்று, “பாத்ததில்ல. ஆனா, மணம் கிடச்சிருக்கு. நல்ல தாழம்பூ மாதிரி” என்றான். ஒரு கணநேர அமைதி. பிறகு பயங்கரச் சிரிப்பு. கோபாலன் போத்தியின் தோளைப் பற்றி, “நீ எதைப் பத்திடே பேசுதே?” என்று கேட்டான். “நாகயட்சிதானே?” அதி பயங்கரச் சிரிப்பு வெகு நேரம். கோபாலன் உட்கார்ந்துவிட்டான்.

புன்னை மடை ஓரம் நாகயட்சியின் சிறு கோயில் உண்டு. அப்பகுதியில் வரும்போது ஆழமான அமைதி. கிசுகிசுப்பு. கால்களில் வேகம். முகத்தில் மட்டும் ஒன்றுமில்லையே என்பதான பாவனை. புத்தூர் சானல் வந்தபோது, சற்று நெகிழ்வு ஏற்பட்டது. பரமன் ஒரு பீடி பற்ற வைத்தான். அவன் முகம் இருட்டில் சிவந்து சீறி அணைந்தது. போத்தி, “டேய், இதே சானல் கரைவழியா போனா நல்லா குறுக்கு வழி. தெரியுமா? ஆனா, எடக்காட்டு முக்கில சூல உண்டு” என்றான். “யட்சியா?” என்று பயத்துடன் கேட்டேன். “இல்லை. இதுக்கு உருவம் கிடையாது. ஒரு மாதிரி பீடைன்னு வைச்சுக்கோ. நம்ம கேசவன் போத்தி ஒருக்கா மாட்டினார்...” போத்தி, பேய்க்கதைகள் சொல்வதில் நிபுணன்.

சூலை என்ற நாட்டு தெய்வம் வழக்கமாக ஏதாவது மர நிழலில் கரிய சொர சொரப்பான கல்லாகத் தன்னை நிறுவி, காத்து கிடக்கும். கிராமங்களில் அம்மாதிரி குட்டி சாமிகள் படைபோல உண்டு. வருடந்தோறும் சுடலைமாடசாமிக்குப் ‘படப்பு’ போடும் போது, சுற்றுப்புறத்தில் நாக்கு சப்பி

உட்கார்ந்திருக்கும் சாமிகளுக்கு ஆளுக்கு இரண்டு துளி என்று கோழி ரத்தம் சொட்டப்படும். பரலோகத்தில் இவை சின்ன கிருமிகளாக இருக்கலாம். ஆனால் இரவானால் சூலை வெளியேறி லீலைகளில் ஈடுபடும். (கல்லையும் சாமியையும் வேறுபடுத்தும் அம்சமே லீலை தான்.) பாதைகளில் கூழாங் கற்களில் ஒன்றில் புகுந்து காத்துக் கிடக்கும். அவ்வழியே நடந்து போகும் யாருடைய காலாவது அதில் பட்டால் கால் வழியாக ஏறி தலையில் உட்கார்ந்துகொள்ளும். ஆசாமியின் திசையுணர்வு தவறிவிடும்.

"கேசவன் போத்தி இப்படித்தான் மங்கலம் காவிலே களமெழுத்தும் பாட்டும் கேட்டு நடுராத்ரில திரும்பி வந்திட்டி ருந்தார். சூலை ஏறிப் போச்சு. ரொம்ப நேரம் கழிச்சு தான் போத்தி கவனிச்சார், முதலில் பாத்த அதே பனைமரம் திரும்பத் திரும்ப வந்துகிட்டே இருக்கு. இதென்னடா கூத்தா இருக்குன்னு கவனமா வழியப் பாத்து நடந்தார். ஆனா மறுபடியும் அதே எடத்துக்கு வந்திட்டார். சரின்னு நின்னு நல்ல மனக்கணக்கு போட்டு வழியப் பிடிச்சு நிதானமா நடந்து பார்த்தார். கொஞ்ச நேரத்தில் அதே எடத்துக்கே வந்திட்டார். அவ்வளவுதான், பயம் பிடிச்சுப் போச்சு. அய்யோ சாமீ காப்பாத்துங்கண்ணு கத்திகிட்டு ஓடினார். கெழக்கே ஓடினார். மேக்க ஓடினார். எப்பிடி ஓடினா லும் அதே பனைமரத்தடில வந்துடுவார். நல்ல காலமா நம்ம தொரப்பம்பள்ளி நேசநாடான் சந்தையில வாழக்குலை கொண்டு போட்டுட்டு ரெண்டாம் நடைக்கு அந்த வழியா வந்தான். போத்தி கிறங்கி நிக்கிறதப் பார்த்துட்டு கையப் பிடிச்சு இழுத்து கூட்டிட்டு வந்தான். நாலு நாள் விபூதி அடிச்ச பிறகுதான் சூலை மாறிப் போச்சுது..."

உடனே ஒவ்வொருவரும் வழியின் அடையாளங்களை பிறர் அறியாமல் மனதில் குறித்துக்கொண்டு நடக்க ஆரம்பித் தார்கள். பாதையிலெங்கும் அறியாத பித்துகள் ஆயிரம் காத்துக் கிடப்பதாகப் பட்டது. ஒவ்வொரு மரமும் ஒவ்வொரு பாறையும் வழியடையாளமாக மாறுவதற்காகவே நிற்பவை போலப் பட்டன. ஆனால், யாருடைய அடையாளங்கள்? நம்முடைய அடையாளங்களா இல்லை நம்மைக் குறிவைக்கும் சக்தி களுடைய அடையாளங்களா? கால்கீழே சரல் விரிந்த பாதை

தன் மீது விழும் பாதங்களை மௌனமாக வாங்கிக்கொண்டு குளிர்ந்து கிடந்தது.

ஊர் எல்லையில் அனந்தனோடை அருகே டார்ச் ஒளி இலைகள் மீது வட்டமிடக் கண்டோம். “ஆரு?” என்றான் கோபாலன். “ஒன்றுமில்லடே. வயிறு ஒண்ணு எளகினதாக்கும். நீங்க போங்க...” என்று கேசவன் போத்தியின் குரல் கேட்டது. வயிறு கலங்கினால் எதற்கு ஊரைவிட்டு அவ்வளவு தூரம் வர வேண்டும்? மறுநாள் கோயிலில் கண்டபோது கேசவன் போத்தி என்னிடம் ராத்திரி என்னடே ஒரு சுற்றியடிப்பு? சினிமாவா? என்று கேட்பார் என எதிர்பார்த்து அவர் முகத்தையே மாறி மாறிப் பார்த்தேன். அவர் கண்கள் என்னைத் தவிர்த்தன. வலுக்கட்டாய மாகச் சந்திக்க முயன்றேன். ஒரே ஒரு கணம் அவர் கண்களும் என் கண்களும் சந்தித்தபோது அவை சற்று மின்னி அணைந்தது போலப் பட்டது. என் மனதில் ஒரு சிறு அதிர்ச்சி ஏற்பட்டது.

அதிர்ச்சிகள் அளித்தபடி புதிய வாசல்கள் திறந்தபடியே இருந்த காலம் அது. எனவே வாசனை கிடைத்த நாய் போல மனம் அங்கேயே பிராண்டி தோண்டிக்கொண்டிருந்தது. ஒரு நாள் கேசவன் போத்தியின் அப்பா நாராயணன் போத்தி மகனுடன் என் அப்பாவைப் பார்க்க வந்தபோது என் உள்ளுணர்வுக்கு அழைப்பு வந்துவிட்டது. அப்பா என்னைப் பார்த்ததும் நான் வெளியே இறங்கி கோயிலுக்குப் போவதுபோல நடந்து கொல்லைப் பக்கம் வழியாக வீட்டுக்குள் புகுந்து சந்து வழியாக மச்சுக்குப் போய் அப்பாவின் அறைக்கு நேர் மேலே மச்சின் ஓட்டைப் பலகை மீது குப்புறப்படுத்துக்கொண்டேன். நான் அங்கே என்னை நன்கு பொருத்திய பிறகு கவனித்தபோது நாராயணன் போத்தி குமுறிக் குமுறி அழுதுகொண்டிருந்தார்.

“என்ன உளறிட்டு இருக்கியோ? கேசும் வழக்கும் ஒண்ணும் நடப்புள்ள காரியமில்ல பாத்துக்கிடுங்கோ. இவன் தன்னிஷ்டத் தால போனான். மேஜர் பையன். அவ டபுள் மேஜர். சரி, அவளை விளிச்சு நாலு சூடு வார்த்தை சொல்லி வைப்போமின்னு சொன்னா, காலம் பழையதில்லை. அவ துணிஞ்சு இறங்கினவ. கூட்டுக்கு ஆமக்கன்மாரும் உண்டு. போலீஸூம் பிடியில இல்லாம இருக்காது. பின்னயுள்ள காரியம் நாம நம்ம பையனை விளிச்சு உபதேசிச்சு பாக்கிறது. அதச் செய்யலாம். அவ்வளவு தான்” அப்பா சொன்னார்.

“ஆமா. இனிமே உபதேசம் ஒண்ணுதான் குறை. சொன்னா சொன்னது முழுக்க சரீம்பான். கண்ணீரு விடுவான். கையடிச்சு சத்தியம்கூட வாங்கியாச்சு. ஒண்ணுரெண்டு தடவையில்லை எட்டு தடவ. ரெண்டு நாள் யோக்கியனா இருப்பான். மூணாம் நாள் கிருமிகடி தொடங்கும். நாலாம் நாள் பந்தமும் கொளுத்திக் கிட்டு நடுராத்திரில கெளம்பிப் போவான். ஒண்ணும் நடக்காது தங்கப்பன் நாயரே. இது என் தலைவிதி. ஒத்தைக்கொரு பிள்ளைன்னு பொத்தி வளர்த்தேன். பூர்வஜென்ம பலன், வேற என்ன...?”

கேசவன் போத்தி தலைகுனிந்து அமர்ந்திருந்தார். நான் கூர்ந்து பார்த்தேன். கண்ணீர் சரசரவென்று வெற்று மார்பில் அடர்ந்த முடியின் மீது கொட்டிக்கொண்டிருந்தது. “சீ அழாதே. ஆம்பிளை தானேடா நீ?” என்றார் அப்பா. நாராயணன் போத்தி “என்னமாம் செய்வினையா இருக்குமோ?” என்றார். அப்பா “ஒரு மண்ணுமில்ல. மனச அடக்கத் தெரியாத மர மண்டையனா இருக்கான் உம்ம மகன்” என்றார்.

பேச்சுகளில் நான் அறிந்ததை விசாரித்து முழுமைப்படுத்திக் கொண்டேன். கேசவன் போத்திக்கு பக்கத்து ஊரின் முக்கியமான வேசியான குடம் அம்மிணியுடன் எப்படியோ உறவு ஏற்பட்டு விட்டது. குடத்துக்கு வயது நாற்பதுக்கும் மேல். விதவை. பதினேழு வயதில் ஒரு மந்தபுத்தியான மகன் உண்டு. குடம் என்ற புனைபெயர் எப்படி வந்தது தெரியாது. உடல்வாகுப்படி பன்மையில் இருந்திருக்கவேண்டும். கரிய ஆறடி உயரம். கன்னத்தில் கடுகடுவென முடியடர்ந்த ஒரு மச்சம். கட்டைக்குரல். தொங்கும் கரிய உதடுகள். ஒரே ஒரு முறை அவளை மீன் சந்தையில் பார்த்தேன். வட்டிலில் மீனுடன் எதிரே வந்தாள். மீன் காரன் தனிஸ்லாஸ் என்னமோ கூற திரும்பிப் பார்த்து சிரித்தாள். சிவந்த சிறிய கண்கள். அவை என்னை நோக்கித் திரும்பியபோது நான் கூசினேன். அவள் போன பிறகு திரும்பிப் பார்க்கும் விருப்பத்தை சிரமப்பட்டு அடக்கினேன். திரும்பிப் பார்த்திருக்க வேண்டும். நானல்ல என் அகம். ஏனெனில், அன்றிரவு என் கனவில் அவள் கனத்த பிருஷ்டங்களை அசைத்தபடி நடந்து போவதைக் கண்டேன். ஒரு போதும் என்னால் மன்னிக்க முடியாதபடி நான் அவளைப் பின்தொடர்வதை அக்கனவில் அறிந்தேன்.

கேசவன் போத்தி அழகன். மெல்லிய வெண்ணிற உடல். அகலமான பெண் விழிகள். ரத்தச் சிவப்பு உதடுகள். நிறையப் படிப்பார். மலையாளப் புத்தகங்களை திருவட்டார் ஸ்ரீ சித்திரைத் திருநாள் நூலகம் வரை போய் எடுத்து வந்து படித்துவிட்டு எனக்கும் தருவார். சரத்சந்திரரின் ரசிகர். பாடகர். எப்படி அவர் அவளுக்குப் பின்னால் போனார்? "கைவிஷம், வேற என்ன?" என்றான் பார்பர் தாமு. "நேரா மன்னார் சாலைக்குக் கூட்டிட்டுப் போயி பதினெட்டு நாள் விரதமிருந்து கோயில் பிரசாதம் மட்டும் சாப்பிட்டா சரியா பதினெட்டாம் நாள் வாய்வழியா வாந்தி மாதிரி வந்திடும். கறுப்பா பச மாதிரி இருக்கும். நான் ரெண்டு தடவை பாத்திருக்கேன். ரொம்ப நாள் உள்ளுக்குள்ள இருந்தது ண்ணு சொன்னா அதிலே சின்னதா முடிகூட முளைச்சிருக்கும். இதிலே மகாவசியம், சாந்த வசியம்னு ரெண்டு இருக்கு. மகாவசியம்னா..."

கேசவன் போத்தியைக் கூப்பிட்டு அப்பா பலமுறை பேசினார். முதலில் அழுதபடி இருந்தவர் பிறகு பேச ஆரம்பித்தார். அப்பா அவருக்குத் தைரியமும் ஊக்கமும் அளித்தார். ஒருமுறை வெளியே வந்தபோது போத்தியின் முகம் நன்றாகத் தெளிந்து இருந்தது. கண்கள் மட்டும் சிவந்து கலங்கி இருந்தன. அபூர்வமான சீட்டி ஒலியுடன் என்னிடம் "ஜகன் மோகன் பானர்ஜி, பிமல்மித்ராவுக்க புதிய சரக்கு ஒண்ணு வந்திருக்கு. விலைக்கு வாங்கலாம். பாதி படிச்சிட்டேன். முடிச்சிட்டு தாறேன்" என்றார். என்னால் அவரை ஏறிட்டுப் பார்க்க முடியவில்லை. ஆனால் அவர் போன பிறகு எண்ணிக்கொண்டேன் நான் எப்போதும் அவரைப் பற்றியே எண்ணிக்கொண்டிருப்பதை. எப்போதெல்லாம் என் மனம் மீது என் கவனம் திரும்புகிறதோ அப்போதெல்லாம் அவரைப் பற்றிய சிந்தனைகள் ஓடுவதைக் கண்டு துணுக்குற்றேன்.

ஆனால் நாலாம் நாள் அப்பா அம்மாவிடம் சொன்னார், "அந்த போத்திக்க காரியம் போக்குதான் கேட்டியா? நேத்து ராத்திரி ஆளு மத்த எடத்துக்குப் போயிட்டானாம். காலம்பற கிழட்டு போத்தி வந்து மூக்கப் பிழியுறார்" என்றார். அம்மா "நல்ல அடிக்க குறவு. வேற ஒண்ணுமில்ல. நீங்கள்லாம் என்னமோண்ணு வச்சு சீராட்டுங்க" என்றபடி தோசையை ஊற்றினாள்.

குடத்தின் பிடியிலிருந்து தப்ப போத்தி உண்மையிலேயே பல முயற்சிகள் செய்ததாக கோபாலன் சொன்னான். வீடு மாற்றிப்

போனார். சபரி மலைக்கு மாலை போட்டார். ஆஞ்சனேய விரதம் இருந்தார். திருவனந்தபுரத்துக்கு ஓடிப் போய் உடுப்பி வெங்கிடேஸ்வரா கபேயில் கணக்கு எழுதினார். ஒன்றும் பயன்படவில்லை. அவர் தனிமையில் இருக்கும்போது முக பாவங்கள் மாறியபடியே இருப்பதைப் பார்த்தால் வியப்பு ஏற்படும். கடும் குரோதம் முதல் இனிய மனநெகிழ்வுவரை, பெரும் துக்கம் முதல் ஆழ்ந்த அமைதி வரை.

விட்டுவிடுவதாக உறுதி எடுத்துக்கொண்டால் போத்தி மிக மிஞ்சிய உற்சாகம் அடைவார். நடையில் துள்ளலும் பேச்சில் சற்று செயற்கையான வேடிக்கையும் குடியேறும். ஆற்றிலிருந்து குடம் குடமாக நீர் சேந்தி மகாதேவருக்கு அபிஷேகம் செய்வார். பெரும் ஆரங்கள் கட்டி சாத்துவார். கதகளிப்பாடல் பாடுவார். பிறகு சிறிய அசௌகரியங்கள் தெரிய ஆரம்பிக்கும். தனிமையில் இருந்தபடி கைவிரல்களை மாற்றி மாற்றி சொடக்கு விடுவார். கால் நகங்களை ரத்தம் வரப் பிய்ப்பார். பிறகு எல்லாரிடமும் எரிந்து விழ ஆரம்பிப்பார். மூர்க்கமாக பாத்திரங்களை வைப்பார். அன்றிரவு அவரால் போகாமலிருக்க முடியாது.

ஒரு நாள் போத்தியை பாடகச் சாவடிப் பாதையில் இருந்து பொறுக்கினார்கள். குடத்தின் காதலர் சிலர் சேர்ந்து அடித்து தூக்கிப் போட்டிருந்தார்கள். காலிலும் விரல்களிலும் சில எலும்புகள் ஒடிய நேரிட்டாலும் ஆஸ்பத்திரியில் நாங்கள் போய்ப் பார்த்தபோது போத்தி மகிழ்ச்சியாகவே இருந்தார். "டேய், அந்த எலும்பு ஒடிய வேண்டிய எலும்பு பாத்துக்கோ. அது ஒடிஞ்சாத் தான் எல்லாம் சரியாகும்னு விதி இருக்கு." நான் "வலி இருக்கா?" என்றேன். "பின்ன? உலக்கயால அடிக்கிற மாதிரி அடி விழணும். அடிதான் எல்லாத்துக்கும் மருந்து. ஆனா மனுஷங்க அடிக்கப்படாது. மேலேயுள்ளவன் அடிக்கணும். அது தான் நியாயம்" என்றார். கால் வீங்கிப் பெருத்திருந்தது.

எல்லாம் சுபம் என்றுதான் நானும் நண்பர்களும் நம்பினோம். "அடிதான் எப்பவுமே கிளைமாக்ஸ்" என்று எட்வர்ட் சொல்ல வும் செய்தான். ஆனால், போத்தி மீண்டு வந்து கோயிலில் பூசை செய்ய ஆரம்பித்த பிறகு ஒரு நாள் எல்லோரும் இரவு கோயிலில் அமர்ந்து பேசிக்கொண்டிருந்தபோது போத்தியில் அந்த சமநிலை யின்மையைக் கண்டேன். கோபாலனின் அண்ணாவுக்குப் பெண் பார்த்த விஷயம் பேசிக்கொண்டிருந்தோம். அவர் போத்தியின்

சகபாடி. திடீரென கேசவன் போத்தி "கோபாலா, அந்த டார்ச்சை குடுடா" என்றபடி வேட்டியை நன்றாக உடுத்தியபடி எழுந்தார். "எங்க?" என்று நான் கேட்டேன். அந்தப் பீதியை நானே வியப்புடன் உணர்ந்தேன். "அங்கதான். என் தலையில் எழுதியிருக்கு. எனக்கு வேற கதியில்லடே" என்றார் போத்தி. சட்டென்று விசித்திரமான ஒரு விசும்பல் ஒலி எழ, தோள்கள் குலுங்கி அழ ஆரம்பித்தார். நாங்கள் ஒன்றும் கூறவில்லை. ஏதோ பிசாசை கண்முன்னால் பார்த்தவர்கள் போலிருந்தோம்.

போத்தி ஒருவருடம் கழித்து விஷம் குடித்து இறந்தார். கடைசி ஆறு மாதம் குடத்தின் வீட்டுக்கு எதிரில் உள்ள மூடிய கடை ஒன்றின் திண்ணையில் உடம்பெல்லாம் புண் நிரம்பி மனநிலையும் சிதறி விழுந்து கிடந்தார். சாம்பல் பூத்த அவருடைய உடல் வெகுநாள் என் கனவில் வந்துகொண்டிருந்தது. பயந்து ஊறி எழுந்தமர்ந்து நடுங்குவேன். இன்று அச்சம் தருவது அந்த மடிகிய உடலல்ல. 'பீடை விலகி போத்தி உற்சாகமாக இருக்கும் நாட்களில் என் உள்ளம் அமைதியிழந்து விட்டிருந்தது. அவர் திரும்பிப் போகவேண்டுமென அது விரும்பியது. சரல் நிரம்பிய காட்டு வழிகளில் என் கற்பனைப் பாதமொன்று ஏதோ ஒரு கூழாங்கல்லைத் தேடியபடியே இருந்தது.

தரிசனம்

இது வெறும் கதைதான். உண்மையில் நடந்தது அல்ல.

*1983*ல், அப்போது எனக்கு வயது இருபத்தொன்று, நான் ஒரு நக்சலைட் தியாகியாகி பெரும்புகழ் பெறும் வாய்ப்பை இழந்தேன். வீட்டை விட்டு வெளியேறி சென்னையில் பல்வேறு இடங்களில் பலவிதமான வேலைகளுடன் அலைந்து திரிந்த நாட்கள் அவை. ஏதோ தோன்றி, உடைமையாக இருந்த ஒரே துணிப்பையும் மாற்று உடையுமாக ஆந்திராப் பக்கமாக போன லாரியில் இடம் பிடித்து நள்ளிரவில் நெல்லூர் சென்று இறங்கினேன். ஆனால் நகரம் அப்படி அமைதியாக காலியாகக் கிடக்குமென நான் எதிர்பார்த்திருக்கவில்லை. சாலையில் மனித நடமாட்டமே இல்லை. தூசிக் குழிகளில் சுருண்டு மூக்கு புதைத்துத் தூங்கும் நாய்கள், சாக்கடைக்குள் இருட்டு குமிழியிடுவதுபோல அசையும் பன்றிகள், செம்மண் மீது பதைபதைத்துக்கொண்டிருந்த பாலித்தீன் குப்பைகள். ஒரு ஓரமாக குவித்து போடப்பட்ட வாழைத்தார் தண்டுகள். காய்ந்த சாணியின் வாசனையுடன் போகும் ஓரிரு தெருப்பசுக்கள்.

டீக்கடை ஏதாவது கண்ணில் படுமா என்று தேடிச் சென்றேன். அகோரமாகப் பசித்தது, சென்னையில் சாப்பிட்ட பிறகு நான் இரண்டு டீ மட்டுமே குடித்திருந்தேன். தெருவிளக்குகளைச் சுற்றி சிறு பூச்சிகள் ரீங்கரித்துப் பறந்தன. தார்ச்சாலையில் பரவியிருந்த டீசல் தடம் பல வண்ணங்களுடன் ஒளிர, வளைவுக்கு அப்பால் ஒரு வாகனம் யந்திர கர்ஜனையுடன் வந்து வளைந்தபோது அதன் முகவிளக்குகளின் ஒளிப் பிரவாகம் என் முகத்தின் மீது கொட்டியது. முழங்கையால் கண்களை மறைத்தபடி தடுமாறினேன். இறங்கி வந்த ஒருவர் சீருடை இல்லாதபோதும் ஒரு கணத்திலேயே அவர் போலீஸ்காரர் என்று தெரிந்துவிட்டது,

“யார்? எங்கே போகிறாய்?” என்று தெலுங்கில் கேட்டார். நான் ஒரு கணம் பதறிவிட்டு ஆங்கிலத்தில் “சென்னையிலிருந்து. லாட்ஜ் தேடுகிறேன்....” என்று சொல்வதற்குள் அடி விழுந்தது. கண்களுக்குள் பிரகாசக் கொப்புளம் ஒன்று உடைந்து சிதற காதுகள் ரீங்கரிக்கும் அடி. “ஏறுடா” என்று அவர் சொல்லி முடிப்பதற்குள்ளேயே ஓடிப் போய் ஏறிக்கொண்டேன்.

ஜீப்பில் மூன்று போலீஸ்காரர்கள் இருந்தார்கள். அவர்களது கால்களுக்கு நடுவே இருவர் குந்தி அமர்ந்திருந்தார்கள். நானும் அமர்ந்தேன். எனக்கு வயிறு கனத்து சிறுநீர் வந்தது. போலீஸ்காரர்கள் தங்களுக்குள் தெலுங்கில் சாதாரணமாக பேசிக் கொண்டார்கள். காலடியில் மனிதர்கள் இருப்பதையே பொருட்படுத்தவில்லை. வண்டி சுழன்று சுழன்று போக எனக்கு தலை சுற்றி குமட்டல் வரும்போலிருந்தது. வண்டி சுழன்றபோது என் பக்கத்திலிருந்த இளைஞன் ஒரு போலீஸ்காரரின் காலைப் பிடித்தபோது அவர் நட்பாகச் சிரித்தபடி “சீட்டுக்கு அடியில் பிடித்துக்கொள்...” என்றார்.

வண்டி சென்று நின்ற இடம் போலீஸ் ஸ்டேஷன் போலத் தெரியவில்லை. பழைய பிரிட்டிஷ்கால கட்டடம். பெரிய வளைப்பு. நிறைய வேப்ப மரங்கள். போலீஸ்காரர்கள் இறங்கியதும் எங்களிடம் இறங்கச் சொல்லி அதட்டினார்கள். முதலில் இறங்கியவன் தயங்கியபடி கீழே கால் வைத்ததுமே எதிர்பாராதபடி அடி விழுந்தது. அவன் தடுமாறி விழப்போக அவனைக் கச்சிதமாகப் பிடித்த இன்னொரு போலீஸ்காரர் பிடரியில் அடிவைத்து உள்ளே தள்ளிவிட்டார். அதற்குப் பின்னால் இறங்கிய ஒவ்வொருவருமே வெடவெடவென நடுங்கியபடி இறங்கினார்கள். அடி விழுந்தபோது உரக்க அலறினார்கள். நான் அந்த சிரித்த முக போலீஸ்காரரின் கண்களை உற்றுப் பார்க்க முயன்றபடி இறங்கியபோது பிடரியில் அடி விழுந்தது. ஒரு உதை தொடையில் பட்டது. நான் தள்ளாடி முன்னகர்ந்து வேறு ஒருவனைப் பிடித்துக்கொண்டேன். அடி வலிக்கவில்லை. முதலில் அடிபட்டவன் அலறவில்லை என்பதை நினைவு கூர்ந்தேன். அலறியவர்கள் பயத்தில்தான் அப்படிச் செய்திருக்க வேண்டும்.

நான்கு பக்கமும் வராண்டா உள்ள கட்டடம் அது. தரையில் பாவப்பட்டிருந்த கடப்பைக் கற்கள் உடைந்து தேய்ந்து அந்தப்

பள்ளங்களில் புழுதி நிரம்பி இருந்தது. உயரமான கூரையில் வெள்ளை பூசப்பட்ட கதைப் பரப்பை தேக்கு உத்தரங்கள் தாங்கி நின்றன. சுவர்களில் வெள்ளைப் பூச்சு உரிந்து விழுந்த இடங்களில் பயங்கர மிருகங்களின் நிழலுருவங்கள் சீறிப் பார்த்தன. எங்களை விரிந்த அறையொன்றுக்குள் கொண்டு சென்றார்கள். அங்கு ஏற்கெனவே பத்து பேர் உட்கார்ந்திருந்தார்கள். எல்லாருமே சாதாரணமாக இரவுகளில் தெருக்களில் காணப்படும் மனிதர்கள். இருவருக்கு மனநோய் இருக்கும் என்று உறுதியாகப் பட்டது. குழிந்த கன்னங்கள், உள்ளடங்கிய கண்கள், முள் தாடிகள், மெலிந்து எலும்பு உந்திய உடல்கள். நாங்கள் அங்கே வரிசையாக உட்கார வைக்கப்பட்டோம். என்னோடு கொண்டு வரப்பட்ட ஒருவன் மட்டும் என்னை மாதிரியே இளைஞன். மென்மையான தாடியும் அகலமான கண்களும் கரிய நிறமும் கொண்டவன். எனக்கு சிறுநீர் முட்டி அடி வயிறு தெறித்தது. தூக்கம் முழுமையாக மறைந்துவிட்டிருந்தது. குந்தி அமர்ந்து கால்கள் கடுத்தன. பிறர் மெல்ல பின்பக்கத்தைத் தரையில் பதிய வைத்திருப்பதைக் கவனித்து யார் கவனத்தையும் கவராமல் நானும் அதையே செய்தேன். அப்போது என் உடலெங்கும் இதம் பரவியது.

வெகுநேரம் ஒன்றுமே நடக்கவில்லை. இன்ஸ்பெக்டரோ யாரோ வருவதற்கான காத்திருப்பு என்பது புரிந்துவிட்டது. போலீஸ்காரர்களுக்கு ஒரு பையன் டீ கொண்டுவந்து கொடுத்து, எங்களை உற்றுப் பார்த்துவிட்டுப் போனான். வெளியே வேப்பமரங்கள் காற்றிலாடின. உள் அறையில் பீங்கான் ஜாடிக்கு சிறகு முளைத்தது. போலிருந்த மிகப் பழங்கால மின்விசிறி கரக் கரக் என்று சுழன்றது. போலீஸ்காரர்கள் உரக்கப் பேசிய குரல்கள் எதிரொலி எழுப்பின. சிரிக்கும் ஒலிகள் தூக்கிவாரிப் போட வைத்தன. தூரத்தில் யாரோ முனகும் ஒலி கேட்டபடியே இருந்தது.

ஜீப் வரும் ஓசை கேட்டதுமே இருவர் வாசலுக்கு ஓடி னார்கள். இன்ஸ்பெக்டர் பூட்சுகள் ஒலிக்க நடந்து வந்து உள் அறைக்குள் நுழைந்து ஃபோன் செய்ய ஆரம்பித்தார். ஒருவர் ஒரு ஃபைலை, உள்ளே எடுத்துச் சென்றார். எனக்கு சிறு பரபரப்பு ஏற்பட்டது. நான் அச்சூழலை என்னையறியாமலே வேடிக்கை பார்க்க ஆரம்பித்திருந்ததனால் என் பதற்றம் மிகவும் குறைந்திருந்தது. இன்ஸ்பெக்டர் என்னிடம் கேட்கும்போது

சொல்ல வேண்டியவற்றை மனதுக்குள் கோர்க்க ஆரம்பித்தேன். ஃபைல்கள் உள்ளே போக அவர் விசாரிப்பதும் ஃபோனில் பேசுவதும் எல்லாமாக ஒரு அலுவலகச் சூழல் உருவாகியிருந்தமை எனக்கு நம்பிக்கை ஊட்டியது. நேரம் போகப் போக நம்பிக்கை வளர்ந்தபடியே வந்தது. ஒன்றும் நடக்காது. நான் சொன்னதுமே என்னை விட்டுவிடுவார்கள். சிறு குழப்பம்தான் இது என்று உறுதியாக நம்பினேன்.

"வாடா" என்று ஒருவரை போலீஸ்காரர் கூப்பிட்டார். உடனே அந்த ஆள் "எஜ்மான்! எஜ்மான்! சார்! சார்! கூலிக்காரன் சார்..." என்று மன்றாட ஆரம்பித்தார். போலீஸ்காரர் அவரது இடுப்புத் துணியைப் பற்றி இழுத்து, முழங்காலால் அவர் அடிவயிற்றில் எற்றி, பிடரியில் அடித்து உள்ளே தள்ளினார். உள்ளே ஓரிரு கேள்விகள் ஈனஸ்வர பதில்கள். உடனே அடி, அலறல் ஓசை. பிறகு இன்னொருவர். அவர்களெல்லாருமே தலைமுறைகளாக அடிவாங்கி அழுது பழகியவர்கள்போல கெஞ்சிக் கதறி அழுதார்கள். ஒருவரை அடித்துக்கொண்டிருக்கும் போது கதவு திறந்து ஒரு போலீஸ்காரர் வெளியே போனார். அந்த மனிதர் அடிபட்டபடியே அடிப்பவர்களின் கால்களைப் பற்ற மீண்டும் மீண்டும் முயல்வது தெரிந்தது. காத்திருப்பவர்களில் அனைவருமே கண்களில் அர்த்தமற்ற வெறிப்போடு வாயைப் பிளந்தபடி அமர்ந்திருந்தார்கள். அடிபட்டவர்கள் வாயிலும் மூக்கிலும் பச்சை ரத்தத்தைப் பொத்தியபடி உடைகள் கலைந்தும் கிழிந்தும் தொங்க, கால்களை இழுத்து வைத்து வந்து, விழுவது போல அமர்ந்தார்கள். ஒருவர் மட்டுமே முனகினார். மற்றவர்கள் அப்படியே சாய்ந்துவிட்டார்கள்.

என்னை அடிக்கமாட்டார்கள் என்பதில் ஆழ்மனத்துக்கு ஐயமே இருக்கவில்லை. ஆனாலும் நான் அடிபடுவது பற்றிய கற்பனைகளை தன் ரத்தத்தைச் சேர்த்து முள்ளை மெல்லும் ஒட்டகம் போல ருசிக்க ஆரம்பித்தேன். என்னை அடிக்கும் போது அழக்கூடாது. அடிப்பவர்கள் தங்கள் மூர்க்கத்தின் அர்த்த மின்மையை உணரச் செய்யவேண்டும். அடிபடுபவன் எத்தனை அசாதாரணமானவன் என்று அவர்கள் உணரவேண்டும். ஒரு வேளை நான் சாகக்கூடும். அதை எழுத்தாளர்கள் கடுமை யாக எதிர்ப்பார்கள். நாளிதழ்கள் தலையங்கங்கள் எழுதும். அமைச்சர்கள் அறிக்கைகள் விடுவார்கள். ஏன் மந்திரிசபையே

கூட கவிழக்கூடும். என் நூல்கள் பிரசுரமாகும். கைப்பிரதிகளையும் கடிதங்களையும் தேடி அச்சிடுவார்கள். என் புகைப்படங்கள் சிற்றிதழ் அட்டைகளில் பிரசுரமாகும். அஞ்சலிக் குறிப்புகள்... நினைவுகூரல்கள்... நான் எல்லா இடத்திலும் பேசப்படுவேன். நான்... நான்... என்... என்... என்...

போலீஸ்காரர் என்னைக் கையசைத்து கூப்பிட்டார். நானா என்று பதறி, ஆனால் உறைந்து அமர்ந்திருந்தேன். "வாடா" என்றார். எழுந்தபோது தலைசுற்றியது. கால்கள் ரப்பரால் செய்யப் பட்டவை போலிருந்தன. அடிவயிற்றைத் தாங்கிக் கொள்ளவே முடியவில்லை. அறைக்குள் இன்ஸ்பெக்டர் மேஜை மீது அமர்ந்திருந்தார். நான் "குட் மானிங் செர்" என்றேன். அவர் என்னை உற்றுப் பார்த்தார். அந்த ஆள் மீது ஒரு மனிதமற்ற தன்மை இருந்தது. கச்சிதமான மீசையும், ஷேவிங் பச்சைக் கன்னங்களும் கொண்ட நேர்த்தியான மனிதர் தான். ஆனாலும் அவரை மனிதனாக எண்ண முடியாதபடி ஒரு இயல்பு. அதை இப்போது ஒரு வித 'மாமிசத் தன்மை' என்று சொல்லிக் கொள்கிறேன். Beefy என்று ஆங்கிலத்தில் அருமையான சொல்லாட்சி இருக்கிறது. மதமதர்ப்பு, அஜீரணம், மந்தம், பாரம்... இன்னும் என்னென்னவோ.

நான் சென்னையிலிருந்து வந்தவன் என்றும், தமிழில் ஓர் எழுத்தாளன் என்றும், தவறாக அவ்வூரில் இரவில் இறங்கி விட்டதாகவும் சொன்னேன். என் குரலில் இருந்த அபத்தமான நடுக்கத்தைக் கூச்சத்துடன் உணர்ந்தேன். அவர் நான் பேசும்போது பொறுமையில்லாமல் எங்கோ பார்த்தபடி இருந்தார். "நரசிம்மா, எங்கே போனான்?" என்று ஒரு கான்ஸ்டபிளிடம் இரைந்தார். பிறகு சட்டென்று எட்டி என் அடிவயிற்றில் உதைத்தார். நான் விழக்காத்து நின்ற போலீஸ்காரர் என்னைப் பிடித்ததும் அடி விழ ஆரம்பித்தது. நான் "பிளீஸ்! பிளீஸ்! பிளீஸ்!" என்ற ஒற்றைச் சொல்லையே மீண்டும் மீண்டும் சொல்லி கதறினேன். வலி மட்டுமே என்னை நிரப்பியிருந்தது. தரையில் விழுந்தபோது மண் என் உதடுகளை அப்பியது. அடியை நிறுத்திவிட்டு என்னை எழுப்பினார்கள். என்னிடம் சிரித்துப் பேசிய அந்த போலீஸ் கரரர் மீண்டும் அடிக்க ஆரம்பித்தார். என் விதைகளை இறுகப் பற்றி நெருக்கியபடி கெட்ட வார்த்தை சொன்னார். நான் நுனிக்கால்களில் நின்று அதே சொல்லைக் கதறினேன்.

பின்பு என்னைக் கொண்டுவந்து வெளியே போட்டார்கள். தவழ்ந்து எழுந்து சுவரருகே ஒண்டிக்கொண்டேன். வேறு யாரோ கதறும் ஒலியைக் கேட்டேன். சுவரில் என் உடல் மிகக் கனமாக சாய்ந்தது. பிசுக்கு படிந்த காரைச்சுவர் சருமம் போல இளவெம்மையுடன் இருந்தது. குளிர்ந்த இரவில் கதகதப் பான படுக்கைபோல அது என்னை அழைத்தது. அதன் மீது சாயச் சாய அது என்னை வாங்கிக்கொள்வது போல இருந்தது. என் அச்சம் பசி பதற்றம் எல்லாம் மறந்து நான் மிக மெல்ல ஆழமான தூக்கத்துக்குள் விழுந்துகொண்டிருந்தேன் இனிய கனத்த திரவமொன்றில் மூழ்குவது போல. என்னருகே இருந்த இளைஞர்கள் திடீரென்று வீறிட்டு கத்தவும் பதறி விழித்துக்கொண்டபோது பல கணங்களுக்கு எங்கிருக்கிறேன் என்றே புரியவில்லை. அவனை ஒரு போலீஸ்காரர் அடித்து இழுத்தார். அவன் உள்ளே போகும் முன் வெளியே ஜீப் வந்தது. போலீஸ்காரர்கள் வெளியே சென்றார்கள். இளைஞன் வாசலி லேயே திகைத்து தடுமாறி நின்றான்.

சற்று நேரத்துக்குப் பிறகு ஒரு பெண்ணைக் கொண்டுவந்து எங்கள் அருகே தள்ளினார்கள். அடிவாங்கி கன்றிய முகம் கொண்ட மிக மெலிந்த நாற்பது வயதுப் பெண். சேலை அவிழ்ந்து கிடந்தது. கால் கட்டை விரலில் இருந்து தரையெல்லாம் ரத்தம் சிதறியது. அலறியலறி கம்மிப் போய் கோசடித்த குரலில் "எஜ்மான் எஜ்மான் வேலை செய்து பிழைக்கிறவர்கள் எஜ்மான்! மானமாக பிழைக்கிறவர்கள் எஜ்மான்! அவளை விட்டுவிடுங்கள் சுவாமீ!" என்று தமிழும் தெலுங்கும் கலந்து கூவினாள். ஆங்காரமாக மார்பில் அறைந்துகொண்டாள். போலீஸ்காரர் சிரித்தபடி அவள் தலையில் லத்தியால் ஓங்கி 'தட்' என்ற நரம்புகளைக் கூச வைக்கும் ஒலியுடன் அடித்தார். அவள் பொத்தியபடி அப்படியே குனிந்து விட்டாள். அறைக்குள் ஓர் இளம்பெண் இழுத்துச் செல்லப்படுவதைக் கண்டேன். பதினெட்டு வயதிருக்கும், மெலிந்த கரிய பெண். அவள் கதறவில்லை, வாயை அடைத்திருக்கலாம். மிட்டாய் வண்ண சேலை அவிழ்ந்து தரையில் இழுபட்டதை போலீஸ்காரர் எடுத்து அவள் மேல் போட்டார்.

மூடிய கதவைப் பார்த்தபடி சில கணங்கள் இருப்பதற் குள்ளேயே என் கண்கள் கனத்து, எண்ணங்கள் சிதைந்து பரவி

வாழ்விலே ஒரு முறை ❀ 45

மீண்டும் சுவர் நோக்கிப் புதைந்தேன். எண்ணங்கள் சிதறிச் சிதறி அலைந்த வெளியில் அடிக்கடி ஒரு வினோத முனகல் கேட்டது. பலர் சிரிக்கும், உரக்கப் பேசும், கனத்து நடமாடும் ஒலிகள். யாரோ என்னை எழுப்பியபோது விழித்துக்கொண்டேன். பக்கெட்டில் கறுப்பு டீ வந்திருந்தது. இரு டம்ளர்களிலாக கழுவாமல் அதை அனைவருக்கும் பரிமாறினார்கள். எல்லாருடைய வாய்களும் கிழிந்து தடித்திருந்தமையால் மெல்லத்தான் குடித்தார்கள். மறுபக்கம் காலையொலிகள் கலைந்து கேட்டன. எல்லாருமே சற்று தூங்கியிருக்க வேண்டும், அந்த இளைஞனைத் தவிர. நிதானமாக இருந்தார்கள். அவன் மட்டுமே பதற்றமாகக் காணப் பட்டான். எங்கும் மிக அமைதியாக இருந்தது.

போலீஸ்காரர் ஒருவர் வந்து, எழுந்து வரிசையாக வரச் சொன்னார். கால்கள் கனத்திருந்தமையால் எழுவது சிரமமாக இருந்தது. தலை சுழன்று குமட்டல் வருவது போலிருந்தது. சுவரைப் பற்றிக் கொண்டேன். காலைக் காற்று பெரிய ஒலியுடன் வேப்ப மரங்களை சிலுசிலுக்க வைப்பதைக் கேட்டேன். வராந்தா வழியாக நடக்கையில் ஓர் அறைக்கு அப்பால் பின்புற வராந்தாவில் அப்பெண்ணைக் கண்டேன். முகம் தெரியாமல் கூந்தல் சிதற தரையில் சுருண்டு கிடந்தாள். அவளைச் சுற்றி அவள் எடுத்த வாந்தி உலர்ந்து கிடந்தது. அவள் புடவை அவள் மீது சுற்றப்பட்டதுபோல போடப்பட்டிருந்தது. வெற்றுத் தோள் பட்டையில் எலும்பு புடைத்துத் தெரிந்தது. எத்தனை மெலிந்த கரங்கள் என்று எண்ணிக்கொண்டேன். அவளருகே அந்தப் பெண் வெற்றுப் பார்வையுடன் அமர்ந்திருந்தாள்.

எங்களை ஜீப்பில் ஏற்றி மீண்டும் நெல்லூர் கொண்டுவந் தார்கள். நகரம் பால்காரரர்களின் சைக்கிளொலிகளுடன், கிளறப் பட்ட சாக்கடை வீச்சத்துடன், டீக்கடைப் பக்திப் பாடல்களுடன் விழித்தெழ ஆரம்பித்திருந்தது. பல்வேறு இடங்களிலாக இருவர் இருவராக இறக்கிவிட்டார்கள். என்னையும் அந்த இளைஞனை யும் ஒரு சாக்கடைச் சந்தருகே இறக்கிவிட்டார்கள். சாக்கடையை அள்ளி தெரு மீது வைத்திருந்தார்கள். பிளாஸ்டிக் தாள்களுடன் கரியசேறு குவிந்திருந்தது. நான் இறங்கியதுமே அமர்ந்து சாக்கடை சேறு மீது கைகளை ஊன்றியபடி சிறுநீர் கழித்தேன். உடம்பிலிருந்து கடைசி உயிரும் வழிந்து செல்வது போல வலியும், குளிரும் காலியாகும் உணர்வும் ஏற்பட்டது.

அந்த இளைஞன் என்னிடம் "உன்னிடம் பணம் இருக்கிறதா?" என்றான். என் பணத்தை போலீஸ் பிடுங்கிக்கொண்டது. பையை மட்டும் திருப்பித் தந்துவிட்டிருந்தார்கள். அதில் ஒரு சட்டையும் பாண்டும் இருந்தன. சட்டையை விற்றால் டிபன் சாப்பிடலாம். அதன் பிறகு சென்னைக்கு நான் ரயிலில் டிக்கெட் இல்லாமலேயே பயணம் செய்யலாம் என்றான். அவனுக்கு திருப்பதிக்குப் போக வேண்டும். அங்கே யாரோ சொந்தக் காரர்கள் இருக்கிறார்களாம். சட்டையை விற்கச் சென்றபோது நான் எதற்கு நம்மைப் பிடித்தார்கள் என்றேன். முந்தைய நாள் வரங்கலில் ஒரு போலீஸ் அதிகாரியை மக்கள் யுத்தக் குழு கொன்றுவிட்டது என்றான்.

"ஆனால் நம்மை எதுவுமே விசாரிக்கவில்லையே?" என்றேன். "போலீஸ் அப்படித்தான், அவர்களுக்கு சிந்திக்கும் பழக்கம் கிடையாது. நேற்று கைது எண்ணிக்கை போதுமான அளவுக்கு இருந்ததால் விட்டுவிட்டார்கள். நான்கு பிரேதம் தேவைப்பட்டிருந்தால் நான்கு பேரைக் கொன்றிருப்பார்கள். யார் எதற்கு ஸ்டேஷன் வந்தாலும் அடிப்பார்கள். அதுதான் அவர்களுக்கு பழகிப்போன விஷயம்." "அந்த இடம் ஸ்டேஷன் போல இல்லையே?" அவன் "அம்மாதிரி நிறைய இடங்கள் இருக்கின்றன. அங்கேதான் ஆட்களை சித்திரவதை செய்வது கொல்வது எல்லாம்... அந்தப் பெண் வந்ததால் என்னை அவர்கள் மறந்து விட்டார்கள்" என்றான்.

அவன் முகம் சட்டென்று மாறுபட்டது. குரலைத் தாழ்த்தி "உனக்குத் தெரியுமா, நானும் மக்கள்யுத்த குழுதான். மாணவர் அணி அமைப்பாளர். இங்கே எங்கள் ஆதரவாளர் ஒருவரைக் காண வந்தேன்" என்றான். நான் "அப்படியா?" என்றேன். அவன் போலீஸையும் அரசாங்கத்தையும் சரமாரியாகத் திட்டினான். புரட்சிப் பற்றிப் பேசிக்கொண்டே இருந்தான்.

பல வருடங்கள் கழித்து யோசித்தபோது அவனது முகபாவம் என் வயிற்றை மிகவும் பிசையும் ஓர் நினைவாக இருந்தது. அவன் தான் அப்படி எத்தனை சொற்களைப் போட்டு, எத்தனை முகங்களை அணிந்து தன்னை மறைத்துக்கொள்ள வேண்டும் அதன் பிறகு!

அவதாரம்

கடவுள் நம்பிக்கை உண்டா என்ற கேள்வி என்னிடம் அடிக்கடி கேட்கப்படுகிறது. "தெரியவில்லையே" என்ற பதில் தான் மிக வசதியானது என்று அனுபவத்தால் உணர்ந்திருக்கிறேன். அதுவே மிகப் பொருத்தமான பதிலும்கூட.

சின்ன வயது நினைவுகள் சில வருகின்றன. என் ஊரின் பயங்கர ரவுடியான தேவ ஆசிர்வாதத்தை நொண்டியான கோலன் அப்பு வீழ்த்தியபோது எனக்கு பதினாறு வயது. உடல் வலிமையே மனிதப் பிறப்பின் அதிகபட்ச சாதனை என்று எண்ணிக்கொண்டிருந்த காலம். கதை கேட்கும்போது 'அவன் ரொம்ப கெட்டவன்' என்று ஒரு வரி வந்தால் அக்கதாபாத்திரம் மீது உடனே ஓர் ஈர்ப்பு ஏற்பட்டுவிடும். கதைகளின் இன்றியமையாத விதியின்படி (கதையூழ்?) அவன் தோற்கடிக்கப்படும்போது துக்கம் நிரம்பிய ஒரு நிறைவுணர்வும் ஏற்படும். 'ஒரே ஒரு காலத்தில் ஒரே ஒரு ஊரிலே' என்று தொடங்கும் அந்தப் பழைய காலம்தான் எத்தனை பொற்காலம்! அப்போது ராட்சதர்கள், அசுரர்கள் இடைவெளியின்றி பிறந்து மானுட குலத்தை கதைகளால் செழிப்புறச் செய்தார்கள். தர்மம் வெல்லும் என்பதை கடவுள்கள் நிரூபித்தேயாக வேண்டியிருந்தது. அது பூமியின் இளமைப் பருவம் போலும். இளமைக்காலத்தில் தான் கதைகள் அதிகம். ஏனெனில் அப்போது நிதரிசனம் கூட கதையாக மாறியபடியே இருக்கிறது.

'ஆசீரான்' எங்களூர் ராட்சதன். ஆறடிக்கு மேல் உயரம். பெரிய மீசை. பொன்னுமுத்தன் பெருவட்டரின் மூத்த மகன். ஆகவே அடிதடி தவிர வேறு வேலை இல்லை. பொதுவாக எங்களூரின் அத்தனை பேருமே உறுதியான உடல் கொண்டவர்கள் தான். அதிபலசாலிகள் பலர் உண்டு. உடல் வலிமை மூலமே

பெரும்பாலான நியாயங்கள் நிறுவப்பட்டும் வந்தன. அடிதடி இல்லாத நாள் ஒன்று இருண்டு அடங்கியதேயில்லை. ஆனாலும் ஆசீரானைப் பார்த்து அத்தனை பேருமே பயப்பட்டார்கள். அவனை நேருக்கு நேர் எதிர்கொள்ளத் தயங்கி பெரும்பாலோர் வழிவிட்டு தள்ளி ஒதுங்கிப் போய்விடுவார்கள். சிலர் மட்டும் ஒரு போலி நட்பு, மரியாதையுடன் ''ஆங், என்ன பெருவட்டரே இந்த வளி? பின்ன என்னவாக்கும் காரியங்க? ஒரு அவசரமாக்கும், வரட்டா?'' என்று நழுவிச் செல்வார்கள். ஆசீரான் கனத்து நீண்ட கைகளை வீசி கால்களை அழுந்த மிதித்து தொடைக்குமேல் ஏற்றிக் கட்டப்பட்ட சாய வேட்டியுடன் சங்கிலியில்லாத யானை போல நடந்து போவதை பெண்கள் ஜன்னல்கள் வழியாக எட்டிப் பார்த்து "போறான், பஞ்சபாவி. இவனுக்கொண்ணும் சாவு வரேல்லியே, எனக்க மாதாவே" என்று சபிப்பார்கள். 'சுக்கு' தாணப்பண்ணன் சொன்னார், அது பெண்களின் நடிப்பு என்று. "கைக்கும் காலுக்கும் நீளமும் உறப்பும் உண்டெங்கில் பெண்ணாப் பிறந்தவளுக எட்டிப் பாக்காம இருக்க மாட்டாளுவ, எலேய் ஒருத்தியெங்கிலும் அவன் போனா பாக்காம இருக்கியத நீ கண்டிட்டுண்டா? சாபமும் வலிச்சுகாட்டுததும் ஒக்கெ ஒரு கலயில்லா? படச்ச தெய்வம் பிரம்மாவ ஏமாத்திப் போடுவாளுவ பாத்துக்கோ."

இப்போது யோசிக்கும்போது ஆசீரானின் வல்லமைக்கான காரணங்களை என்னால் வகுக்க முடிகிறது. அவன் சில வருடங்கள் அடிமுறைப் பயிற்சி எடுத்தவன். அத்துடன் அடிதடிகளில் பலமுறை ஈடுபட்டு அனுபவம் உடையவன். அவ்வளவுதான். சாதாரணமாகவே வன்முறைக்குப் பழகிப் போனவர்களின் கண்களில் ஒரு வகையான ஒளி உண்டு. அவர்கள் பார்வை சாதாரண மனிதர்களைச் சற்று கூச வைக்கும். (ஒழுக்கம் தவறிய பெண்களின் கண்களில் கூட அந்த முள் உண்டு.) ஒரு பதற்றமான சூழ்நிலை வரும்போது சாதாரண மனிதர்களின் முக்கிய பிரச்சினையே உடல் மீது மனத்தின் கட்டுப்பாடு போய் விடுவதுதான். கால்கள் நடுநடுங்குகின்றன. மனம் எதையுமே கவனிக்காது ஒன்றிலிருந்து இன்னொன்றுக்காக பறக்கிறது. எல்லாவற்றையும் விட மேலாக கற்பனை தாறுமாறாக வளர்ந்து பல வழிகளில் பெருகி மனத்தின் ஒருமையை முற்றிலும் அழித்து விடுகிறது. மேலும் ஒன்று உண்டு. நாம் எப்போதுமே நடக்கும் பாவனையில்தான் நிற்கிறோம். ஆகவே வளைந்தோ

குழைந்தோ தான் பெரும்பாலோர் நிற்கிறார்கள். காற்றின் மீது சாய்ந்து நிற்பது போல. அடிதடியின்போது உறுதியாக நிற்பது அவசியம். ராணுவம் கூட்டமாக நடக்கும்போது லெஃப்ட், ரைட் எப்படி அவசியமோ, அதுபோல... ஆகவேதான் அடிமுறை ஆசான்கள் முதலில் கற்றுத் தருவதே எப்படி திடமாக நிற்பது என்பதைத்தான். மனத்தை அலைபாயாமல், பதற்றமில்லாமல் வைத்துக் கொண்டால் பிறகு அதிகமாக ஒன்றும் தேவை இல்லை.

என் அப்பாவின் தோழரான வர்ம ஆசான் பொன்னு நாடார் எனக்கு சிலவற்றைச் சொல்லியிருக்கிறார். 'காலுறச்சு நிக்கணும் பிள்ளேய். காலுறச்சா மனசுறச்சு எண்ணாக்கும் கத. கேட்டுதா?' என்பார். அவர் சொன்ன இரு உத்திகள், ஒன்று கண்களை அலைபாய விடக்கூடாது. என்னென்ன கவனிக்கவேண்டுமோ அவற்றை ஒரு கணத்தில் கவனித்துவிட்டு, பிறகு பார்வையை அர்த்தமற்ற வெறிப்பாக மாற்றி எதிராளியின் உடலில் சம்பந்தமற்ற பகுதி ஒன்றில் நிலைகுத்தி நிற்கச் செய்வது நல்லது. எதிரியைக் குழப்ப அதற்குமேல் ஏதும் தேவையில்லை. நம் கண்களை அனிச்சையாக அவன் கவனிக்கிறான், நாம் செய்யப் போவதென்ன என்று அதன் மூலமே அவன் ஊகிக்கிறான். இன்னொன்று ஒருபோதும் கைகளைச் சுழற்றி அடிக்காமலிருப்பது. கையின் விசையை அது குறைத்துவிடும். கூர்மையாக நேராக குத்தவேண்டும். எட்டுமாதம் நான் அடிமுறை கற்றதுண்டு. பிறகு கட்டாரி வீசவும் சிலம்பு சுழற்றவும் கற்றேன். அவை வேறு கலைகள். ஆயுதத்தை பிரக்ஞையில்லாமல் கைபோல சகஜமாக ஆக்க அவை கற்றுத் தருகின்றன. 'கைமெய்மனம்' என்பார் ஆசான். மூன்றும் ஒன்றாகச் செயல்படும்போதுதான் கலை முழுமையடைகிறது. என் மனம் உடலுடன் இசைவு கொள்ளவேயில்லை.

கோலன் அப்பு பயந்தாங்குளி. பலவீனன். ஒரு கால் பிரம்பு போல குழைய, கோணலாக ஆடி ஆடி நடப்பான். கோவிலில் பூ கட்டுகிற வேலை. வீடுகளில் தேங்காய் உடைப்பது, துருவித் தருவது, முருங்கைக்கீரை ஆய்வது போன்ற வேலைகள் செய் வான். அப்புவின் தலை மாங்காய்வடிவில் அவன் உடலுக்கு மிகப் பெரிதாக இருக்கும். அவன் அக்கா ஸ்னேகப் பிரபா உள்ளூர் நிலவரத்துக்கு அழகி. (ரத்தசோகையைக் கூட எங்களூரில் நல்ல நிறம் என்று ரசிப்பார்கள்.) பொதுவாக உயர்சாதிப் பெண்களைச்

சீண்டாத ஆசீரான் அவளைச் சீண்டியது அவள் ஏழை என்பதனால் இருக்கலாம். முந்திரிப் பருப்புத் தொழிற்சாலைக்கு அவள் போகும்போது சாலையில் எறும்புக் காடு மூன்றுமுக்கு ரோட்டில் அவளை ஆசீரான் மடக்கும்போது நான் புகையிலை வாங்க நேசனின் பெட்டிக்கடை முன் நின்றிருந்தேன். அருகே கண்ணன் பார்பர் ஷாப்பில் சிலர் உண்டு. 'ஒச்சு' சண்முகம், பரமன், ஸ்தனிஸ்லாஸ் போல ஆசீரானின் அணுக்கத் தொண்டர்கள். கிழங்கு வியாபாரம் செய்யும் பெண்கள் சிலர் மளிகைக்கடை வாசலில் நின்றிருந்தார்கள். வேறு எங்கோ போவதுபோல நடந்த ஆசீரான் சட்டென்று பிரபாவின் பின்பக்கத்தைப் பற்றி ஒரு அமுக்கு அமுக்கினான். அவள் 'ச்சீ' என்று சீறியபடி திரும்ப அப்படியே அள்ளிப் பிடித்து மார்பை அள்ளிக் கசக்கினான். ஏதோ மல்யுத்தம்போல சில கணங்கள். அப்படியே அவளைப் போட்டுவிட்டு வேட்டியைத் திரைத்து பின் தொடையைச் சொறிந்தபடி நேராக 'ஒணக்கை' நாயரின் மணிகண்ட விலாசம் ஹோட்டல் அண்ட் டீ ஷாப் நோக்கி நடந்து சென்றான்.

ஆசீரான் ஆதரவற்ற பல பெண்களைக் கெடுத்தது உண்டு என்பார்கள். ஒரு முறை சேரியில் எல்லாருமாகச் சேர்ந்து அவனை கல்லெறிந்து துரத்தியிருக்கிறார்கள். ஆனால் நடுச்சாலையில் அப்படி நடப்பது ஊரில் கேள்விப்பட்டிருக்காத விஷயம். எல்லாருமே சற்று விக்கித்துவிட்டார்கள். அவள்கூட வந்த பெண்கள் அலறியபடி ஓடி விலகி நின்று, அர்த்தமின்றி 'அய்யோ! சேசுவே!' என்று கூவிக்கொண்டிருந்தார்கள். கடைவாசலில் நின்ற ஒரு கூடைக்காரி ஓடிப்போய் அவளை அள்ளித் தூக்கி "நீக்கம்பிலே போவான்... ஏசுவே அவன் கை புளுக்காதா? நீ எந்திரிடி குட்டீ. பாவங்களுக்கு கடவுள் உண்டும்.. நீ வீட்டுக்குப் போ" என்றாள்.

நான் அப்புவிடம் தகவல் சொல்ல ஓடினேன். ஆனால் விஷயம் கேள்விப்பட்டு அப்பு கோயிலில் இருந்தே ஆவேசத் துடன் கிளம்பி விட்டான். அப்பு போவதைக் கண்டு கோயில் வட்டத்துப் பையன்கள் ஆர்வத்துடன் கும்பலாகப் பின்னால் வந்தார்கள். பாதிப்பேருக்கு சிரிப்பு. ராமன் பிள்ளை அண்ணா "டேய் ஜெயா... ஓடி வா. அப்பு ஆசீரானை கொல்லப் போறான்" என்றார். அப்பு கோணல் உடல் அலைபாய, ஒல்லிக்காலைச் சுழற்றிச் சுழற்றி வைத்தபடி ஆவேசத்துடன் நடப்பதைக் காண

ஆச்சரியமாகத்தான் இருந்தது. கம்பௌண்டர் பாக்கியமுத்து தாத்தா "பிள்ளே பேயாம வீட்டுக்குப் போணும். அவன் ஏனங் கெட்ட மிருகமாக்கும் கேட்டுதா...." என்று அப்புவை அள்ளிப் பற்றித் தடுத்தார். "விடுங்க கம்பவுண்டரே, இண்ணைக்கு ரண்டில ஒண்ணு பாத்துப் போட்டு தான் மறு காரியம்..." என்று அப்பு திமிறினான். யார் தடுத்தாலும் அப்பு நிற்பதாக இல்லை.

ஆசீரான் எறும்புக்காடு முச்சந்தியில் கடைத்திண்ணையில் கையில் எரியும் பீடியுடன் அமர்ந்திருந்தான். அருகே அவனது சீடப் பையன்கள். கண்ணன் பார்பர் ஷாப்பில் தாமு கையில் வாய் பிளந்து நின்றுவிட்ட கத்திரிக்கோலுடன் எட்டிப் பார்த்து அப்பு வருவதைக் கவனித்து ஆசிரானுக்குச் சொன்னான். அப்பு வந்து கொண்டிருக்கும் விஷயம் ஏற்கெனவே அங்கு எட்டிவிட்டது என்று தெரிந்தது. சாயாக் கடையின் அழிகளில் சிரிப்புக்கு சமானமான ஓர் ஒளி நிரம்பிய முகங்கள் எட்டிப் பார்த்தன.

அப்பு ஆக்ரோஷமாக நடந்தபோது அவன் உடலில் கோணல் காரணமாக அது மிக விசித்திரமான அசைவுகளை உருவாக்கி அந்த வருகையை கோமாளியின் அரங்கப் பிரவேசம்போல ஆக்கியது. ஒல்லிக்காலால் அவிழ்ந்த வேட்டியை அவன் ஏற்றி தொடை மீது வரிந்து கட்டியபோது உண்மையிலேயே சிலர் சிரித்துவிட்டார்கள்.

அப்பு வந்தபடியே "எங்கலே அந்த ஆசீரான்? இண்ணு அவனெ கொண்ணுட்டுதான் மறு ஜோலி" என்று கீச்சுக்குரலில் ஆக்ரோஷமாகக் கத்தினான். கோணலான உடல் துள்ள நான்கு பக்கமும் பார்த்தான். அந்த வேகம் கண்டு அதுவரை சிரித்தவர்கள் அமைதியாகிவிட்டார்கள்.

ஆசீரான் பிரக்ஞைபூர்வமாக உருவாக்கிய அலுப்பை ஒவ்வொரு உறுப்பிலும் வெளிக்காட்டியபடி எழுந்து நின்று, "பிள்ளேய் நீரு போவும்... பிறவு பேசலாம்.. பிலேய் ராபர்ட்டு, கூட்டிக்கட்டு போலே... நொண்டிப் பயல விறுதே கொலைக்கு கொடுக்காம" என்றான். ஆனால் அவன் முகத்தில் ஒரு தடுமாற்றம் வந்துவிட்டதை அனுதினமும் மனக்கண்ணில் ஆசீரான் முகத்தை ஆயிரம் முறை காணும் என்னால் அறிய முடிந்தது. அப்புவின் துணிச்சல் ஆசீரான் அதற்கு முன் எதிர்கொண்டிராத சம்பவம். அஞ்சி நிலைகுலைந்த, விலக முயலும் எதிரிகளையே அவன்

கண்டிருக்கலாம். அந்தச் சந்தர்ப்பத்தில் சட்டையில் ஒட்டிய பூச்சியைத் தட்டிவிடுவதுபோல அப்புவை அவன் வென்றாக வேண்டும்.

அப்பு "வெளிய வாடா நாயே... இண்ணு உனக்கு அந்திய மாக்கும்..." என்று கூவினான். ஆனால் ஆசீரானை நோக்கி ஓடவில்லை.

ஆசீரானின் உடலில் அவன் முன்னகரப் போவது போல ஓர் அசைவு ஏற்பட்டது. ஆனால் அவன் எதிர்பார்த்ததுபோல அப்புவின் உடலில் பின்னகரும் அனிச்சை அசைவு ஏற்பட வில்லை. அப்பு "எறங்கி வாடா பொறுக்கி நாயே" என்றான். கையை நீட்டி, விரல் சுட்டி அழைத்தான்.

ஆசீரான் மீண்டும், "பிலேய் நொண்டி, இது அடுக்களையில கீர உருவுத வேலையில்லை. பேயாம ஓடுலே" என்றபடி பீடியைத் துப்பினான். ஆனால் கண்களைச் சுருக்கிப் பார்த்தபடி அவனும் அங்கேயேதான் நின்றான்.

அப்பு மீண்டும் அறைகூவ, ஆசீரான் ஓரிரு முறை பக்கங் களுக்கு திரும்பி துப்பினான். காலால் மண்ணைத் தேய்த்தான். "பிலேய் பாக்கரா, பயலுக்கு தலைக்கு சுகமில்லண்ணு தோணுது. கூட்டிக்கிட்டு போலேய்" என்றான். வெயில் வெறித்துக்கிடந்த முச்சந்திப் புழுதி மீது ஐந்து நிமிடங்கள் இழுபட்டபடியே நீண்டு போயின. எப்போது வேண்டுமானாலும் அறுந்து விடுவது போல.....

சட்டென்று அப்பு ஆசீரானிடம் அவனது தங்கையை பதிலுக்கு அனுப்பச் சொல்லி, அவள் மார்பகத்தைப் பற்றி ஆபாச மாக ஒரு வர்ணனையும் செய்தான். நிதானமிழந்த ஆசீரான் கெட்ட வார்த்தையைக் கூவியபடி தொண்டை புடைக்க கையை ஓங்கி ஓடி வந்தான். அவனது வழக்கமான தந்திரம் ஒன்று உண்டு. அவன் இடதுகைக்காரன். ஆனால் கோபத்துடன் வலதுகரத்தை ஓங்குவான். எதிராளி அக்கரத்தை நோக்கி தன் கவனத்தைப் பதறித் திருப்பியதும் இடது கரத்தால் ஓங்கி அடித்துவிடுவான். எப்போதுமே முதல் அடி மிக உக்கிரமாக இருக்கும்படிதான் அடிப்பான். அனேகமாக கண்ணின் மீது அந்த அதிர்ச்சியிலிருந்து பொதுவாக எவரும் மீள்வது இல்லை.

ஆனால் அப்புவிடம் அது நடக்கவில்லை. ஆசீரான் அவனை நோக்கி வந்தபோது அப்பு சற்றும் பின்னகரவில்லை. அது ஒரு முறைகூட ஆசீரான் சந்திக்காத சந்தர்ப்பம். குழம்பிப்போன அரைக் கணத்தில் அவன் வேகம் சற்று தடுக்கியது. பின்பு அதைத் திரட்டி அவன் அடித்த அடி முன்போல தன்னிச்சையான வேகத்தையும், அனிச்சைச் செயல்பாடுகளுக்கே உரிய கச்சிதத் தையும் அடையவில்லை. அப்பு தன் ஒற்றைக்காலை உறுதியாக ஊன்றி, மறுகாலை காற்றில் மிதப்பதுபோல் வைத்து, திடமாக நின்றான். ஆசீரான் அடித்ததும் அப்பு தலையைக் குனிந்து விலகிக்கொண்டான். அடியின் விசை காரணமாக ஆசீரான் தடுமாற, அப்பு அந்தத் தருணத்தைப் பயன்படுத்தி ஓங்கி அவன் கன்னத்தில் அடித்துவிட்டான்.

பிறகு இச்சந்தர்ப்பத்தை பல்லாயிரம் தடவை மனக்கண்ணில் ஓட்டிப் பார்த்திருப்பேன். இரண்டு விஷயம் என் தருக்கத்தில் சிக்கியது. ஒன்று, ஆசீரான் அப்படி ஒரு பதில் அடியை அப்படிப் பட்ட ஒரு பலவீனனிடமிருந்து எதிர்பார்க்கவில்லை. இரண்டு, ஊராரிடமிருந்து சட்டென்று ஒரு பாராட்டுக் குரல் எழுந்தது. அது ஆசீரானை அனைத்து சமநிலையையும் இழக்கச் செய்தது. பாய்ந்து கண்மண் தெரியாமல் அடிக்க ஆரம்பித்தான். ஆனால் வழக்கத்துக்கு மாறான உடலமைப்பு உள்ள ஒருவனை மிக மிகக் கவனமாகவே தாக்கவேண்டும். அவனது உடலசைவுகள் நம் கணிப்புகளை ஏமாற்றும். (பொதுவாக கிராமங்களில் சிறு ஊனம் உடையவர்கள் பெரிய ரவுடிகளாக இருப்பதைக் காணலாம். கணிசமான ரவுடிகள் இடது கையர்கள்.) ஆசீரான் அடித்த அடிகளில் பெரும்பாலானவை வீணாயின. கோப வெறியில் அவன் மேலும் மேலும் சமநிலையிழந்து குதித்து அலறி அடித்துக்கொண்டிருந்தான்.

கோபம் சீக்கிரமே பலத்தை (குறிப்பாக மூச்சு பலத்தை) வற்ற அடித்துவிடும். ஆசீரான் தளர்ந்த உடனே அந்தத் தளர்வை அவனே உணர்ந்தவனாக மேலும் வெறியேற்றிக்கொண்டான். அவனது சமநிலை முற்றாகப் போய்விட்டது என்பதற்கு ஆதாரம் அவன் ஒரே சமயம் கையாலும் காலாலும் தாக்க முயன்றது. அப்பு வெகு நேரம் அவனை எதிர்த்து அடிக்கவேயில்லை. ஆசீரான் சில கணங்களுக்குள் அந்த வெறி பழகி அப்பு அடிக்கவே போவதில்லை என்பதுபோலதான் அடிப்பதிலேயே கவனமாக

இருந்தான். சட்டென்று ஒரு கணத்தில் அப்பு பயங்கரமான உறுமலுடன் அடிக்க ஆரம்பித்தான். இங்கும் அவனது ஊனமே உதவியது. அவனது அடிவரும் திசையை ஆசீரானால் ஊகிக்கவே இயலவில்லை. அப்புவின் அடிகள் பலமற்றவையானாலும் மனத்தின் வேகம் அதில் இருந்தது போலும். மேலும் அது அதிகமும் ஆசீரான் மனத்தில் தான் பட்டது என்று படுகிறது. அப்பு மீண்டும் மீண்டும் ஆசீரான் கண்களைக் குறிவைத்தே அடித்துக் கொண்டிருந்தான். அடிகள் சில கண்கள் மீதும் நாசியிலும் விழ மூக்கு சவ்வு உடைந்து ரத்தம் வந்தது. ஆவேசத்துடன் பாய்ந்த ஆசீரான் தடுக்கி கீழே விழுந்துவிட்டான்.

அதன் பிறகுதான் ஆச்சரியம் நடந்தது. அப்பு தன் இடுப்பி லிருந்து கிழிந்த பழைய சட்டைக்குள் மறையும்படி சுற்றிக் கட்டியிருந்த, கோயிலின் கோட்டைவாசல் கதவின் கனத்த இரும்புச் சங்கிலியுடன் பிணைக்கப்பட்ட பெரிய பூட்டை எடுத்தான். கூட்டமே பதறிவிட்டது. ''அப்பு வேண்டாம்! கொலப் பழியாயிப் போயிடும்'' என்று 'எருமை' சிவதாணுப்பிள்ளை கத்தினார். அக்குரல் ஆசீரானின் மீது ஒரு பெரிய அடிபோல சாப வாக்கியம் போல விழுந்திருக்க வேண்டும். ஆசீரான் அப்படியே மந்திரத்தால் கட்டுப்படுத்தப்பட்டவனாக பூட்டுச் சங்கிலியை வெறித்துப் பார்த்தபடி, எழ முயன்று கை வழுக்கி சரிந்து கிடந்தான். மந்த புத்திகள் செய்வதுபோல, வேண்டாம் என்று கையையும் தலையும் அசைத்தான். முதல் அடிபட்டபோது எலும்பில் அது போய் மோதும் ஒலி அத்தனை துல்லியமாக அத்தனை பேருக்கும் கேட்டது. அத்தனை பேரின் முதுகெலும்பும் கூசின. பிறகு அலறல். வார்த்தைகளற்ற மிருக ஊளை போல. அச்சமும் வலியும் மட்டுமேயான ஒலி; அதற்கு மனித மிருக அடையாளம் கூட இல்லை. அது உயிரின் ஒலி... ஒரு மாமிச மலை இம்மிகூட எதிர்ப்பு இல்லாமல் அடிவாங்கி, துடிதுடிப்பதை நம்ப முடியாமல் பார்த்தோம்.

அப்பு ''நாயே! நாயே!'' என்று ஒரே வசையை உக்கிரமான ஒரு மந்திரம்போல சொல்லியபடி அடித்துக்கொண்டிருந்தான். அவன் மனத்தில் அப்போது காலமில்லை என்று பட்டது. அந்த சீரான அடியசைவு மட்டுமே அவனாக அப்போது இருந்தான். சீரான தன்மை கொள்ளும் எச்செயலும் கச்சிதத்தையும் அதனால் உச்சபட்ச வேகத்தையும் அடைந்துவிடுகிறது. பூட்டு

அழகான வட்டங்களாகச் சுழன்று பச்சை மாமிசத்தைப் பிய்த்து சிதறடித்தது. எலும்பில் மோதி அதிர்ந்து மீண்டு வந்தது.

முதல் கட்டப் பதற்றத்துக்குப் பிறகு அத்தனை பேருக்குள்ளும் இருந்த மிருகங்கள் அந்த வன்முறையை ரசிக்க ஆரம்பித்தன. காலமில்லை. ஓசைகளே இல்லை. ரத்தம் என்ற மிக ரகசியமான மணம். காம நினைவுகளை, ருசியுணர்வுகளை இளமைப் பருவத்து துயர நினைவுகளை எழுப்பும் அதன் எரியும் வீச்சம். ரத்தம் செம்புழுதியில் தெறித்து சுருண்டு முத்துக்கள் போல உருள்வதைக் கண்டோம். மண்தான் எத்தனை ஆவலுடன் ரத்தத்தை வாங்கிக் கொள்கிறது! தாகம் மிக்க ஒரு காட்டேரி போல! மனித ரத்தம் மிக புனிதமானது என்று சொல்லப்படுவது இதனால்தான் போலும். உடலுக்கு உள்ளே சீறி ஓடுகையில் என்னென்ன எண்ணங்களாக, வேகங்களாக உருமாறிக் கொண்டேயிருக்கிறது அது. ஆகவேதான் கடவுள்களுக்கு ரத்தமின்றி சிறந்த பலி வேறு இருக்க முடியாது என்கிறார்கள். ரத்தமே மனிதர்களை அவர்கள் பாவனைகளிலிருந்து மீட்டு அசலான ஆதி நிலைக்குக் கொண்டுபோக முடியும்.

இன்னும் இன்னும் என்ற துடிப்புகள் அடங்கி இது இப்படியே எப்போதும் நீடிக்கும் ஒரு காலமற்ற நிலை என மனம் உறைந்து விட்டபோது சட்டென்று அப்பு நிறுத்திக்கொண்டான். ரத்தக் குளத்தில் ஆசீரானைப் போட்டுவிட்டு போய் அருகே ஓடிய ஓடையில் சங்கிலிப் பூட்டைக் கழுவ ஆரம்பித்தான். கூட்டம் புதிய காற்று பட்ட புதர் கூட்டம் போல அசைவு கொண்டது. பெருமூச்சுகள் சீறின.

ஓடை நீர் சிவந்து சுழித்துச் சென்றது. ஓடையோரப் புல் நுனி களில் கொழுத்த ரத்தத் துளிகள் நின்றன. இரையைக் கொன்ற மிருகத்தின் வாயோர மயிர்கள் போல. அப்பு பிரமைபிடித்தவன் போல வெகு நேரம் மிக மெதுவான அசைவுகளுடன் கழுவிக் கொண்டிருந்தான். அவனது மெலிந்த முதுகில் ரத்தத்துளிகள் வழிந்து உலர ஆரம்பித்தன. "அப்பு, அப்பு, என்னலே இது?" என்று வேலுப்பிள்ளை போய் பிடித்து உலுக்கியபோது கனவிலிருந்து விழிப்பவன்போல அவன் விழித்துக்கொண்டான். வாயைத் திறந்தபடி தலை ஒரு பக்கமாக சரிந்து வெடவெடக்க ரத்தப் பிண்டமாகக் கிடந்த ஆசீரானைப் பார்த்தான். விசித்திரமான

கம்மிய குரலில் "தெய்வமுண்ணு ஓராளு உண்டு வேலு வண்ணா" என்றான். பிறகு அடிவயிறு எக்கி ஒரு ஆழ்ந்த கேவல்.

ஆறுமாதம் படுக்கையில் கிடந்து ஆசீரான் பிழைத்துக் கொண்டான். ஆனால் தலையில் பட்ட அடி அவனது நரம்பு மண்டலத்தைச் சீரழித்துவிட்டது. நிரந்தர நோயாளி ஆகி, ஓர் ஆசைநாயகி வீட்டில் படுக்கையில் கிடந்து, இரண்டு வருடத்தில் இறந்தான். வழக்கு ஒன்றுமே ஆகவில்லை: கண்ணால் கண்ட சாட்சிகளில்லை. அப்பு பின்பு ஒரு பெட்டிக்கடை போட்டார். பொது விஷயங்களில் ஈடுபட்டு, இடது கம்யூனிஸ்டுக் கட்சியின் அதிதீவிரத் தொண்டராகி, பஞ்சாயத்துத் தேர்தலில் வென்று 'மெம்பர் அப்பு' ஆனார்.

அன்று அத்தனை பேரும் சொன்னார்கள். அது தெய்வ அருள் தான் என்று. கோயிலில் பூமாலை பூமாலையாகக் கட்டிப் போட்ட புண்ணியம் அப்புவைக் கைவிடவில்லை என்று. "தெய்வம் பாவங்களுக்கு கூடயாக்கும் ஏமானே, இப்ப திருட்டாந்தம் ஆச்சுதா?" என்று எறும்புக்கண்ணன் கேட்டார். இப்போது யோசிக்கிறேன். தெய்வமென்றால் என்ன? எப்படி அது மண்ணில் வருகிறது?

அப்புவின் ஒவ்வொரு திட்டமும் மிக நுணுக்கமானவை. கோயிலில் இருந்தே அவன் கொலை வஞ்சினம் கூறி கிளம்பியது ஒரு முக்கிய உத்தி. வழியில் ஆட்கள் சேரச் சேர அவன் வருவ தற்குள் அச்செய்தி ஆசீரானை வந்தடைந்துவிட்டிருக்கும். தன்னைக் கொல்ல ஒருவன் ஆவேசத்துடன் தேடி வருவது எந்த சூரனுக்கானாலும் ஆழத்தில் ஒரு பதற்றத்தை ஏற்படுத்திவிடும். கூட்டம் பின்தொடர ஆவேசத்துடன் வரும் அப்பு ஆரம்பத்தி லேயே ஆசீரானை அஞ்ச வைத்துவிட்டான் என்பது அவனது அப்போதைய முகபாவனைகளைப் பிறகு மீட்டுப் பார்த்த போது எனக்குத் தெளிவாகியது. ஆகவேதான் அவன் அந்த உதாசீன பாவனையை மிகையாகக் கைக்கொண்டான்.

அப்பு பாய்ந்து ஆசீரானை அடித்திருந்தான் என்றால் ஆசீரா னுக்கு ஒரு அடியே போதும் அவனை வீழ்த்த. ஆனால் அவன் ஆசீரானைப் பாய்ந்து வரச் செய்தான். நிற்பவனின் கால்கள் ஓடி வருபவனின் கால்களை விட திடமாக ஊன்றியவை. தாக்க வருபவனைத் தெளிவாகப் பார்க்கவும் அவனுக்கு வாய்ப்பு

அதிகம். தன் ஊனத்தை அப்பு நுட்பமாகப் பயன்படுத்திக் கொண்டது மட்டுமல்ல, ஒரே இடத்தில் மீண்டும் அடித்தது கூட பெரிய தந்திரம்தான். ஆனால் ஆயுதம் கொண்டு வந்திருப்பதை கடைசி வரை மறைத்துவிட்டதுதான் உச்சகட்டத் தந்திரம். அவன் ஆயுதம் கொண்டு வந்திருப்பதை அறிந்தால் ஆசீரான் அத்தனை உதாசீனமாக இருந்திருக்க மாட்டான். அவன் விழுந்த பிறகு அதை அப்பு சட்டென்று நாடகத்தன்மையுடன் எடுத்ததைக் கண்டதனால்தான் ஆசீரான் அப்படி புத்தி உறைந்து போனான்.

கோயிலுக்கு வரும் ஆசானிடம் அப்பு எப்போதுமே அடி முறைகள், பழைய அடிக்கதைகள் பற்றிப் பேசிக் கொண்டிருப் பான் என்பதை நான் நினைவு கூர்ந்தேன். அதை நொண்டியின் கையாலாகாமையின் வெளிப்பாடாகவே கண்டிருக்கிறேன். அந்த நுட்பங்கள் அவன் எப்போதோ எப்படியோ உள்வாங்கிக் கொண்டவை. அவை துளித் துளியாகத் தேங்கிய அந்த அக ஆழம்தான் தெய்வமா? அல்லது அப்புவில் தன் உயிரைத் துச்ச மென ஆக்குமளவுக்குப் பொங்கிய அந்த அறச்சீற்றம்தான் தெய்வமா? அல்லது அந்த மோதலின் கணத்தில் அங்கிருந்த அத்தனை பேருமே அப்புவின் தரப்பினராக ஆன அடிப்படை யான நியாய உணர்வுதான் தெய்வமா? தாவீதே அறியாமல் அவன் கவணில் குடிவந்த வல்லமைதானா கடவுள்?

தெரியவில்லை. அவையெல்லாம் சேர்ந்த ஒட்டுமொத்தத் தையே அப்பு தெய்வம் என்றான் போலும். ஒன்று சொல்லலாம். தெய்வமென்றால் பூமியின் எளிய இயங்கு விதிகளுக்கு அப்பால் தன் மகத்தான நியதியுடன் மறைந்திருக்கும் ஒன்று. உச்ச கணங்களில் மட்டும் நிலத்தடி நீரூற்று போல சீறி வெளிப் படுவது. அது வெளிப்படும் கணங்களே சரித்திரத்தில் நீடித்து நிற்கின்றன. கலைகளால் சித்தரிக்கப்படுகின்றன. கலைகளின் அடிப்படையே அந்தத் தருணம்தான். அதை வருணிக்கலாம். குறிப்புணர்த்தலாம். அதற்கு ஆயிரம் உத்திகள் உள்ளன. அந்த ஊற்று கிளம்புவதை வாசக அனுபவமாக்குவது எப்படி என்ற சவாலுக்கு விடையாகவே கலையும் இலக்கியமும் உருவா கின்றன.

ஆம், எல்லா கலையும் அப்பு சொன்ன வரியையே மீண்டும் மீண்டும் சொல்கின்றன; 'தெய்வம் உண்டு.'

கடைசி வரை

தீவட்டிப்பட்டியைச் சேர்ந்த மாணிக்கம் சேலம் ரயில் நிலையத்தில் மூட்டையுடன் ஏறி என்னருகே அமர்ந்து மணி என்ன என்று கேட்டார். கடிகாரம் இல்லை என்று நான் கூறியதும் வியப்புடன் என் கைகளை மாறி மாறிப் பார்த்தார். "கைல கடிகாரம் இருந்தா எப்பப் பார்த்தாலும் அதைப் பார்க்கணும்னு தோணும் இல்லீங்களா?" என்றேன். ஆச்சரியமாக நான் சொன்னது மாணிக்கத்திற்குப் புரிந்தது. சிரித்துக்கொண்டே "ஆமாம் சார். கடிகாரம் பாத்துச் செய்த வெள்ளாமை வெளங்காதும்பாங்க" என்றார்.

தீவட்டிப்பட்டியில் மாணிக்கத்துக்கு கடிகார நேரம் இருக்க வில்லை. பள்ளிக்கூட மணியும் ஆலைச் சங்கும் போதும். ஆனால் கண்ணனூரிலும் காசர்கோட்டிலும் சரியான நேரத்துக்கு வேலைக்குப் போயாகவேண்டும். கட்டட வேலை. பிந்தினால் வேறு ஆட்கள் வேலைக்கு நுழைந்துவிடுவார்கள். நான் காசர்கோட்டில் வேலை பார்த்திருக்கிறேன் என்று தெரிந்தபோது மாணிக்கம் நெகிழ்ந்து போனார். "அருமையான ஊரு சார். மத்தி மீனு ரொம்ப சல்லிசு. அஞ்சு ரூபாய்க்கு அம்பது மீன் கூட வாங்கியிருக்கேன்."

மாணிக்கம் காசர்கோட்டில் மூன்று வருடம் வேலை பார்த்தார் என்று சொல்லி பல மேஸ்திரிகள் எஞ்சினியர்கள் பெயர்களைக் கூறி அவர்களைத் தெரியுமா என்று கேட்டார். எனக்கு கட்டடங் களைக்கூட தெரிந்திருக்கவில்லை. "கேரளத்தில் எல்லாருமே பிராமணங்கதானே?" என்று அசைக்க முடியாத நம்பிக்கையுடன் என்னிடம் கேட்டு, சாதகமான பதிலைப் பெற்று, தன் நுண்ணு ணர்வை எண்ணி பெருமிதம் கொண்டார். "என்னா சார் கலரு! சாய்புங்க கூட பிராமணங்க மாதிரிதான் இருக்காங்க" என்றார்.

மாணிக்கத்தைப் பொருத்தவரை பிராமணர்கள் நல்லவர்களாக வும், அறிவாளிகளாகவும் மட்டுமே இருக்க முடியும்.

மாணிக்கம் கவுண்டர். வெள்ளாளக் கவுண்டர் இல்லை. வன்னியக் கவுண்டர். ஆயினும் வெள்ளாளக் கவுண்டர்களுக்கு இம்மியும் குறைந்த சாதி அல்ல இது. மாணிக்கத்துக்குக் கூட சொந்த ஊரில் பத்து ஏக்கர் நிலம் உண்டு. கல்வீடு உண்டு. சமையலறை தனியாக இருக்கும். தொழுவம் மறுபக்கம். மொத்தம் எட்டு சகோதரர்கள், மூன்று சகோதரிகள். இரண்டு தங்கைகளுக்குக் கல்யாணமாகிவிட்டது. அண்ணாக்கள் எல்லா ருக்கும் திருமணமாகிவிட்டது. அப்பா இறந்துவிட்டார். அம்மா வும் தங்கையும் அவரும் அடங்கியது மாணிக்கத்தின் குடும்பம். அவர்கள் எங்கே இருக்கிறார்கள்? மாணிக்கம் முகம் கறுத்தார். தெரியவில்லை. அவர்களைத் தேடித்தான் அவர் சென்று கொண்டிருக்கிறார்.

மாணிக்கத்தைப் போன்ற சில விவசாயிகளும் விவசாயக் கூலிகளும் சிறுதொழில் செய்பவர்களும் ஊர்களைக் காலி செய்து விட்டு பிழைப்புத் தேடி வெளியூர்களுக்குப் போக ஆரம்பித்து பல வருடங்களாகின்றன. "மண்ணு செத்து பேச்சு சார்" என்றார் மாணிக்கம். முன்பெல்லாம் அவரது தந்தையின் காலத்தில் ஊரைச் சுற்றி இரண்டு கண்மாய்கள் நிரம்பும். வருடம் முழுக்க எல்லா கிணற்றிலும் நீர் இருக்கும். கமலை இறைத்து விவசாயம் செய்வார்கள். இப்போது நீர்வரும் கால்வாய்கள் மண்மூடி விட்டன. கண்மாய்கள் மைதானம் போலக் கிடக்கின்றன. பெரும் பகுதி ஆக்ரமிக்கப்பட்டுவிட்டது. மிச்சத்தில் அரசாங்கம் சமூக வனக் காடுகளை வளர்க்கிறது. முதலாளிகள் ஆழ்குழாய் கிணறு போட்டு உறிஞ்சி விவசாயம் செய்வதால் மழைக்காலத்தில் கூட கிணறுகளில் தண்ணீர் ஊறுவதில்லை.

விளைநிலத்தில் உடைமுள் வளர்த்து விறகாக்கி விற்று கொஞ்ச நாள் சாப்பிட்டார்கள். சமூகநலக் காடுகள் வந்ததும் விறகுக்கும் விலை இல்லை. வீட்டு உபயோகப் பொருட்களை விற்று கொஞ்ச நாள் சாப்பிட்டார்கள். பிறகு வீட்டையே பிடுங்கிப் பிடுங்கி விற்று சாப்பிட்டார்கள். எதுவுமே மிஞ்சாமலானபோது கூட்டம் கூட்டமாகக் கிளம்பினார்கள். அண்ணாக்கள் பெங்களூ ருக்குப் போனார்கள். மைசூர், ஹசன் பகுதிகளுக்குத் தங்கைகள். மாணிக்கம் தன் மச்சான் குடும்பத்துடன் கேரளா சென்றார். அங்கு

நிரந்தர வேலை கிடைக்கும். ஓயாமல் கட்டடம் கட்டுகிறார்கள். "துபாய் பணம் சார். துபாய்ல ஷேக்குன்னு ஒருத்தர் கேரளாவில் வீடுகட்ட பணம் குடுக்கிறார்."

கேரளா மாணிக்கத்திற்குப் பிடித்திருந்தது. ஆனால் மோகன் லால், மம்முட்டி இருவருமே சோப்ளாங்கிகள். சண்டைக் காட்சி களில் வேகம் போதாது. ரஜினி படங்கள் வருவதனால் பிரச்சினை இல்லை. ஆனால் பழைய படம்தான் வரும். மாணிக்கம் இருக் கையில் அமரவில்லை. பயணச்சீட்டு எடுக்காதவர்கள் தரையில் குந்தி அமர்ந்து போகவேண்டும் என்றுதான் ரெயில்வே சட்டம். மாணிக்கம் இரவெல்லாம் பேசினார். பேச்சு அவரை ஒரு சுழல் காற்றுபோல சுழற்றி அடித்துச் சென்றது. அவரைச் சுற்றியுள்ள அனைத்தும் குப்பைக் கூளங்களுடன் தூசி தும்புகளுடன் கூட வந்தன. மாணிக்கத்திற்கு சினிமாதான் உயிர் மூச்சு. சினிமா பற்றிய தகவல்களில் அவர் கலைக் களஞ்சியத்தரமான அறிவைப் பெற்றிருந்தார். தவமணிதேவியை எனக்குத் தெரியாதது குறித்துத் திகைப்படைந்தார். மந்திரிகுமாரி உண்மையில் எம். ஜி.ஆருக்காக எழுதப்பட்ட கதையே அல்ல என்றார். மாடர்ன் தியேட்டர்ஸ் ஸ்டுடியோவுக்குள் அவர் ஒரு முறை போனதை விவரித்தார். நான் அவரை காசர்கோடு நகர வாழ்வை விவரிக்கும் படி நகர்த்திக்கொண்டு போனேன். ஆனால் மாணிக்கத்திற்கு எதுவும் சினிமாதான். இடங்களை சினிமா காட்சிகளால் அடையாளப் படுத்தினார். நிகழ்வுகளை சினிமா நிகழ்வுகளால் ஒப்பிட்டார். மனிதர்களை நடிக நடிகைகளுடன் சமானப் படுத்தினார். திடீரென ஒரு முள் என்னைக் குத்தியது. வேலை முடிந்து கூலி வாங்கி எல்லாரும் கூட்டம் கூட்டமாக கள்ளுக் கடைக்குப் போனது பற்றி மாணிக்கம் சொல்லிக்கொண்டிருந்தார். பெண்களும் குடிப்பார் களா என்று வியப்புடன் கேட்டேன். குடிக்காமல் எப்படி சாலை யோரம் படுத்துத் தூங்க முடியும் என்றார் அவர். சமைப்பது, சாப்பிடுவது, தூங்குவது எல்லாமே சாலையில்தான். ஊரைவிட்டு வந்தால் அதையெல்லாம் பார்க்க முடியுமா? ஊரில் பிறர் பார்த்து சாப்பிடும் பழக்கம் கூட இல்லாத பெண்கள் நடுச்சாலையில் குளிக்கிறார்கள். கணவனுடன் தாம்பத்தியமும் கொள்கிறார்கள். முதலில் கஷ்டமாக இருக்கும். பிறகு பழகிவிடும். அது ஒன்றும் பெரிய விஷயமே அல்ல என்றார் மாணிக்கம். கேரளத்துக் கள் நன்றாக இருக்கும் என்று மகிழ்ந்து சொன்னார். ஆனால் விலை அதிகம். வீட்டில் பணம்

ஏதும் தர வேண்டியதில்லை என்பதனால், முழுக் காசுக்கும் கறிமீன் பொரியலும் மரவள்ளிக் கிழங்கும் சாப்பிட்டுவிட்டு குடித்து விடலாம். பணம் பிரச்சினையே இல்லை. ஏன், பெண்களுக்குக் கூலி குறைவுதானே அவர்கள் எப்படிச் சமாளிப்பார்கள். குழந்தைகள் வேறு இருக்கின்றனவே என்றேன். மாணிக்கம் தலையை உருட்டியபடி சிரித்தார். அதெல்லாம் அப்படித்தான் சார். நாம் தலை சுற்றி விழுந்துகிடப்போம். பெண்களை அப்படித் தூங்க போலீஸும் கேடிகளும் விட்டுவிடுவார்களா என்ன? போகப் போக நிறைய பணம் கிடைக்க ஆரம்பித்துவிடும்.

என் உடல் நடுங்கியது. நான் உணர்வுபூர்வமாக என்றுமே தமிழன். நான் கற்ற பேரிலக்கியங்கள், நான் கண்டு பிரமித்த மாபெரும் கலைக்கோயில்கள், நான் பெருமிதம் கொள்ளும் வரலாறு ஆகிய அனைத்தும் என் உடலில் அக்கணம் அழுகி நாறுவதாகப் பட்டது. அவரைக் கொன்றுவிட விரும்பினேன். அவரே இல்லை என்று ஆகிவிட வேண்டும். இல்லை என்றால் தீராது. அவரை நான் சந்திக்கவில்லை என்று ஆக வேண்டும். மாணிக்கம் என் உணர்வுகளைப் பற்றிய எந்தவித அனுமானமும் இல்லாமல் பேசிக்கொண்டிருந்தார். மலையாள திரை நடனங்கள் தூக்கத்தில் நடப்பவை போலிருக்கின்றன என்றார். மலையாள நடிகர்களுக்கு ஸ்டைலே தெரியவில்லை. திடீரென்று எனக்கு அவர் பேச்சில் ஓர் அலுப்பு ஏற்பட்டது. அவரிடம் பகிர எனக்கு ஏதுமில்லை. நான் அவரை வேடிக்கை பார்க்கலாம். அவ்வளவு தான்.

தீவட்டிப்பட்டியில் தன் கல்வெட்டில் இரண்டாயிரம் வருட கலாசாரத்தின் வாரிசாக வாழ்ந்தவர் அல்ல அவர். வீட்டை விட்டுப் பிரிந்து தெருவுக்கு வந்ததுமே அவரில் இருந்து அனைத்தும் பிரிந்து மாறிவிட்டிருக்கின்றன. வீடு வெறும் கல் கட்டடம் அல்ல. அது ஒரு அடையாளம். அது ஒரு மையம். வீட்டை விடும்போது பாரம்பரியத்தை, நிலத்தை, நெறிகளை, நினைவுகளை எல்லாவற்றையும் விட்டுவிடுகிறோம் போலும். 'பதியெழுவறியா பழங்குடி' என்று இளங்கோ கூறியதன் பொருள் அப்போது புரிந்தது. பதியை விட்டு விலகாமலிருக்கையில் மட்டுமே அது பழங்குடி. ஆனால் மாணிக்கம் நாடோடியுமல்ல. நாடோடிகளுக்கு தங்களுக்கேயுரிய கலாசாரம் உண்டு. தோள் மூட்டையில் சுமந்துகொண்டு செல்லும் பாரம்பரியம் உண்டு.

நாடோடி மக்கள் இவர்களைத் தங்கள் பக்கத்தில் வரக்கூட அனுமதிக்கமாட்டார்கள்.

விவசாயிகள் நாடோடிகளாவதில்லை. சிதறி, மட்கி அழிகிறார்கள். சுதந்திர இந்தியா நோயுற்ற நுரையீரல் போல அகதிகள் காறி உமிழ்ந்தபடியே இருக்கிறது. ராஜஸ்தானிய வறட்சியால், பிரம்ம புத்திரா வெள்ளத்தில் நர்மதா டேஹ்ரி போன்ற அணைக் கட்டுகளும், பலியபால் போன்ற ராணுவத் திட்டங்களால் கோடிக் கணக்கில் மக்கள் வெளியேற்றப்படுகிறார்கள். அழிகிறார்கள். தென்னிந்தியாவில் மிக அதிகமாக மக்கள் வெளியேறுவது தமிழகத்தின் வட மாவட்டங்களிலிருந்துதான். இந்தியாவின் எந்தப் பெருநகரத்திலும் மாபெரும் தமிழ்ச் சேரிகள் இருக்கும். இந்தியத்தெருக்களில் வாழ்பவர்களில் கணிசமானவர்கள் தமிழர்கள். கேரளத்தின் தெருக்களில் பதினேழு லட்சம் தமிழர்கள் வாழ்கிறார்கள் என்று அதிகாரபூர்வ கணக்குகள் சொல்கின்றன. இலட்சியக் கனவுகளும், கலையிலக்கிய வெற்றிகளும் எல்லாம் குமட்டல் தருபவையாக ஆகும் தருணம் இது.

மாணிக்கம் கண்ணனூருக்குப் போகிறேன் என்றார். அங்கு போய் தேடினால் குடும்பத்தைக் கண்டுபிடித்துவிடலாம். கட்டட வேலை நடக்குமிடங்களில் பார்த்தால் போதும். அவர்களிடம் கடிதத் தொடர்பே இல்லையா? இல்லை. மாணிக்கம் இத்தனை நாள் சிறையில் இருந்தார். சிறையிலா? ஆம் ஒருவனைக் கையை வெட்டி துண்டாக்கிவிட்டார். கழுத்தில்தான் வெட்டினார். வெட்டை அவன் தடுத்தபோது கை போயிற்று. கழுத்தில் விழுந்திருந்தால் தூக்கு தண்டனை கிடைத்திருக்கும். வீரபாண்டிய கட்டபொம்மனைத் தூக்கில்தான் போட்டார்கள் தெரியுமா? சிவாஜி நடித்த படம் அது. பயங்கரமான வசனம். மாணிக்கம் “மஞ்சள் அரைத்தாயா மானம் கெட்டவனே” என்று பேசிக் காட்டினார். இப்போது விடுதலை கிடைத்து விட்டதா? இல்லை, பரோலில் வந்திருக்கிறார். இன்னும் ஒரு வருடம் மீதி. எதற்காக வெட்டினீர்கள்? போதையிலா? “இல்லை சார், வேண்டுமென்றேதான்.” ஏன்? மாணிக்கம் சிரித்தபோது அவரில் வந்த அந்தப் புதிய முகம் என்னைச் சற்று அஞ்ச வைத்தது.

அவன் மாணிக்கத்தின் சகோதரியின் காதலன். அவர்கள் சேர்ந்து சுற்றினார்கள். கல்யாணம் செய்துகொண்டு சேர்ந்து வாழத் திட்டமிட்டிருந்தார்கள். நான்கு பேர் சொல்லித்தான்

மாணிக்கத்துக்கு விஷயம் தெரியும். தட்டிக் கேட்டபோது எதிர்த்துப் பேசினான். ஆகவேதான் வெட்ட நேர்ந்தது. மாணிக்கத்தின் குரோதம் என்னைச் சற்றுப் பதறச் செய்தது. அவர்கள் கல்யாணம் செய்துகொண்டால் என்ன? மாணிக்கம் ஏன் இத்தனை வெறியுடன் எதிர்க்கவேண்டும்? ஆமாம். வெறிதான். இதில் எந்த சமரசத்திற்கும் இடமில்லை. இப்போது அவளுக்கும் அவனுக்கும் தெரிந்திருக்கும் மாணிக்கம் யாரென்று. இல்லாவிட்டால் தெரியவைக்கத்தான் மாணிக்கம் தேடிப் போவதே. அவர்கள் சேர்ந்து வாழ்வது தெரிந்தால் அவன் தலையை எடுத்து விட்டுத்தான் மறுவேலை. குழந்தை இருந்தால் அதன் தலையை...

இது பைத்தியம். அவர்கள் வாழ்வில் நீங்கள் ஏன் தலையிட வேண்டும்? ஆமாம் பைத்தியம்தான். பைத்தியம்தான். மாணிக்கம் உணர்ச்சி வேகத்தில் நடுநடுங்கினார். தெருப்பொறுக்கியானாலும் குடிகாரனானாலும் நான் அப்புனுக் கவுண்டனின் மகன்! மாதய்யக் கவுண்டனின் பேரன்! நான் உயிரோடிருக்கையில் கவுண்டச்சி கீழ்ச்சாதிக்காரனுடன் வாழ்வதை அனுமதிக்க மாட்டேன். அதில் மாற்றமே இல்லை. மாணிக்கத்தின் கழுத்தில் தசைகளும், ரத்தக் குழாய்களும் இறுகி நெளிந்தன. தாடை இறுகி நெரிபட்டது. பிறகு அவர் பேசவேயில்லை.

ஆதி

திருவனந்தபுரம் நாகர்கோயில் சாலையில் தக்கலைக்கு அருகே வேளிமலை முருகன் கோயிலுக்குச் செல்லும் பாதை பிரிகிறது. பேச்சு வழக்கில் குமார கோயில் என்பார்கள். 'கோரோயிலு' என்றால் சொன்னவருக்கு குமரி மாவட்டம்தான் சொந்த ஊர் என்று அர்த்தம். இப்பகுதியைத் தொல்பழங்காலத்தில் ஆட்சி செய்த ஆய்வேளிர் மன்னர்களின் குலதெய்வம்தான் குமரன்.

ஆனால் எங்கள் குலதெய்வம் குமாரகோயில் பாதையிலிருந்து பிரிந்து வயல்களை வகுந்து செல்லும் மண்சாலை சென்று சேரும் மேலாங்கோடு என்ற இடத்தில் உள்ளது. மேலாங்கோட்டு அன்னையர் இருவர். மூத்தவர் சாந்த சொரூபி. இளையவள் உக்கிரை. மார்த்தாண்ட வர்மா மகாராஜாவின் எதிரிகளான பப்புத்தம்பி ராமன் தம்பி என்பவர்களின் தங்கையான உம்மிணி தங்கை என்பவள் தன் தமையர்களை மகாராஜா கொன்று விட்டதால் நாக்கைப் பிடுங்கிக்கொண்டு மரணமடைந்ததாகவும் அவளே மேலாங்கோட்டு தங்கை என்றும் ஐதீகம் உண்டு. அது ஒரு பிற்காலத்துத் திரிபுதான் என்பது என் எண்ணம். வேளிர்களின் முருகனை விடப் பழைமையும் ஆழமும் குமரிமாவட்டத்தின் அன்னை தெய்வங்களுக்கு உண்டு என்று நான் நம்பினேன். அவ்வாலயங்களின் கைவிடப்பட்ட தன்மையும், மௌனமும்தான் அம்மனப்பதிவை உருவாக்கின.

பிற்பாடு டி.டி. கோசாம்பியின் 'ஐதீகமும் வரலாறும்' *(Myth and Reality)* என்ற நூலைப் படித்தபோது என் ஐயங்கள் வரலாற்று உண்மைகளே என்று காட்டும் துல்லியமான வரலாற்றுத் தருக்கம் கிடைத்தது. குமரி மாவட்டத்தில் மட்டுமல்ல, இந்திய நிலப்பகுதி முழுக்கவும் பல்லாயிரம் பெண் தெய்வங்கள் உள்ளன. அழிவே இல்லாத காட்டு மரங்கள்போல மண்ணில்

வேரூன்றி, காற்றில் கிளை பரப்பிப் படர்ந்து நிற்கின்றன. இப்பெண்தெய்வங்களின் ஐதீகக் கதைகள் வலைபோலப் பின்னிப் பிணைந்து நமது சமூகத்தை வரிந்து மூடியுள்ளன. வரலாற்றுக்கு முந்தைய காலம் அன்னை தெய்வங்களால் ஆளப்பட்டது.

வரலாறு இன்னமும் காய்க்கத் துவங்காத சிறு செடிதான். முருகனும் சிவனும் விஷ்ணுவும் வரலாற்றின் மையங்களாகத் திரண்டு உருவாகி வந்தவை. அழிவற்ற அன்னையரை அத்தெய் வங்கள் சொந்தமாக்கிக்கொண்டன. பார்வதியின் ஆயிரம் வடிவங் களாக அவதாரங்கள்தோறும் விஷ்ணு மணந்து கொள்ளும் தேவியராக, தேவசேனாதிபதியின் படையில் அணிவகுக்கும் அன்னை வடிவங்களாக அவர்கள் உருமாறினார்கள். சமணத்திலும் பௌத்தத்திலும் ஊடுருவினார்கள். கண்ணகியும், பாஞ்சாலியும், நல்லதங்காளும் ஆனார்கள்.

குமரி மாவட்டத்தில் ஒரு தலைமுறை முன்பு வரை பெண் வழிச் சொத்துரிமை கொண்ட தாய்மைய சமூக அமைப்புதான் இருந்தது. ஆகவே, எங்களுடைய பிரபஞ்சத்தை ஆக்கியதும், நடத்துவதும், அழிக்கப் போவதும் அன்னை தெய்வங்களின் அலகிலா விளையாட்டே. இங்கே ஒரு அம்மன் கோயிலில் இருந்து கல்லை வீசினால் இன்னொரு அம்மன் கோயிலில் சென்று விழும். ஏழு கன்னியர் வழிபாடு இங்கு மிகப் பிரபலமாக இருந்தமைக்கு ஏராளமான சான்றுகள் கிடைத்துள்ளன. ஏழு கன்னியர் பிறகு சமண மதத்தில் இணைந்து மகாவீரரின் காவல் தேவதைகளாக மாறினர். இங்கு ‘இசக்கி’ என்று கூறப்படும் தெய்வமே சிலப்பதிகாரத்திலும் மணிமேகலையிலும் ‘இயக்கி’ என்றும் வடமொழியில் ‘யக்ஷி’ என்றும் கூறப்படுகிறது. பஞ்சவன் காட்டு நீலியின் கதைதான் நீலகேசியில் உள்ளது. கேசி என்ற பெயர் கொண்ட பல நூறு பெண் தெய்வங்கள் இங்குண்டு.

அழிவற்ற அன்னையர் இன்று கான்கிரீட் கட்டடங்களில் மின்னொளியில் கண்துலங்க, பல்வெறிக்க, வீற்றிருக்கிறார்கள். எங்கள் குலப் பெண்டிர்களின் கனவுகளில் வந்து மணி குலுங்க பலிவாள் அசைத்து வீரப்பல் காட்டி நகைக்கிறார்கள். தூக்கத்தில் கன்னியரான அக்காக்கள் உக்கிரமான ஒலியுடன் உறுமியபடி பற்களை நெரித்து பாய்ந்தெழுவதைக் கண்டதுண்டு. பாட்டிமார்கள் மாதங்கள் நீண்டு போக மௌனிகளாவதைக்

கவனித்திருக்கிறேன். எங்கள் பெண் குழந்தைகளுக்கு அன்னையர் சன்னிதியில் முடியிறக்கி காதுகுத்தி பலி தந்து அவர்களுடைய வலிமை ஒருபோதும் குறையலாகாது என்று வேண்டிக் கொள்வோம்.

கோயிலுக்குச் சென்று பலி தந்து வழிபடுவது இப்பகுதியில் 'படுக்கை' என்று கூறப்படுகிறது. நெருங்கிய உறவினர்களும் பக்கத்து வீட்டுக்காரர்களும் பங்குகொள்வார்கள். இப்போதும் வெள்ளிக் கிழமைகளிலும் செவ்வாய்க் கிழமைகளிலும் படுக்கை போடும் குழுக்கள் போவதைக் காண முடிகிறது. குமாரகோயில் விலக்கில் பேருந்திலிருந்து இறங்கும்போது அவர்கள் சாதாரணமான பெண்கள்தான். சிவப்பு, நீலம், பச்சை நிறங்களில் சுடிதார். ஈரம் போகப் பரப்பி, முதுகில் போடப்பட்ட கூந்தலில் தொங்கும் முல்லைச் சரம். ஈரத்தின் மீது போடப்பட்டு உலர்ந்த பௌடர். சந்தனக் கோடாகப் பொட்டு. தோள்களை இறுக்கியபடி தலைகுனிந்து நடக்கும் அசைவு. ஆனால் திரும்பு கையில் அத்தனை பேருக்கும் ஒரே முகம். களைத்து வியர்த்து, எண்ணெய்ப் பசை கொண்ட கன்னங்களுடன் நடக்கும் பெண் களின் முகத்தில் புரிந்துகொள்ள முடியாத ஏதோ ஒன்று உள்ளது. சகோதரியாகவும், அன்னையாகவும், மகளாகவும் அவர்களை அறியும் பிராயங்களில் அந்தத் துணுக்குறலை எளிதில் தாண்டி விடுவோம். ஆனால் மனமெல்லாம் பெண்ணாக இருக்கும் இளவயதில் அந்த அதிர்ச்சி கருவறைத் தெய்வம் கண்திறந்தது போன்ற ஒன்று.

நான் கல்லூரியில் படிக்கும்போது புஷ்கலா அக்காவின் படுக்கை நேர்ச்சைக்காக மேலாங்கோடு சென்றிருந்தேன். பெண் களுடன் சேர்ந்து போக கூச்சம் ஏற்பட்டு முரண்டு பிடித்தபோது அம்மா அடிக்க வந்ததால் வேறு வழியில்லாமலாயிற்று. புஷ்கலா அக்காவின் கணவன் மோகனன் அண்ணாவும், பெட்டிக்கடை தாணப்பன் மாமாவும் பிற ஆண்கள். இருவருக்கும் வேளி மலையில் கிடைக்கும் உயர் தர வாற்றுசாராயம் மீது அதிக ஆர்வம். கணவனுடன் சேர்ந்து வெளியே போகும் அபூர்வ சந்தர்ப்பமானதனால் புஷ்கலா அக்கா ததும்பிக் கொண்டிருந்தாள். காலை மண் மீது ஊன்றவே முடியவில்லை. நான்கு சேவல், பச்சரிசிப் பை, வாழைக் குலைகள், இலைக்கட்டு, விறகுக் கட்டு எல்லாம் இருந்தன. நான் இலைக்கட்டை வைத்திருந்தேன்.

வழியெங்கும் புஷ்கலா அக்கா பேசிக்கொண்டேயிருந்தாள். "கேட்டியளா, கேட்டியளா?" என்று கணவனை அழைத்துக் கொஞ்சினாள். அப்பயணம் அவளுக்கு ஒரு வெற்றி ஊர்வலம் போலப் பட்டிருக்கவேண்டும். அவர்களை விட்டு முடிந்த வரை தள்ளி நடக்க விரும்பினேன். கோயிலுக்குப் போனதுமே நான் தலைமறைவானேன். வயல் வழியாகப் பிரம்மபுரம் நூலகத் திற்கு வந்து அச்சிடப்பட்ட அனைத்தையும் படித்த பிறகு திரும்பினேன். பலியும் பொங்கலும் முடிந்து அனைவரும் கும்பிடத் தயாராக இருந்தார்கள். அம்மா என்னை ரகசியமான முறையில் ரத்தம் வரக் கிள்ளினாள். தாணப்பன் மாமாவால் நிற்க முடியவில்லை. மோகனன் அண்ணாவின் கண்கள் சிவப்பு பல்புகள் போல எரிந்தன. மிதமிஞ்சி முறுக்கப்பட்ட மீசை விசித்திரமாகத் திரும்பி நின்றது.

அக்காளின் கருவறை இருட்டானது. சிவப்புப் பட்டுப் பாவாடை சார்த்தப்பட்டிருந்தது. ஓங்கி எரிந்த இரு தீபச்சுடர் களின் ஒளி பாவாடையின் சரிகையில் பளபளத்தது. வெள்ளியா லான கண்களுக்குள் இரு நெருப்புத் துளிகள். குங்குமமும் செந்தூரமும் பூசி நின்று கும்பிட்டபோது புஷ்கலா அக்காவின் முகம் அழுவது போல இருந்தது. தொண்டை அசைந்தபடியே இருந்தது. தீபச்சுடரைத் தொட்டுக் குழந்தையின் கண்களில் ஒத்திய பிறகு கணவனுக்கு நெற்றிப் பிரசாதம் போட்டுவிட்டாள். நான் அம்மாவிடம் பசிக்கிறது என்றேன். "இருடா. இதோ முடிஞ்சுடும். இனிமே தங்கச்சிக்கு ஒரு பலி. அவ்வளவுதான்" என்றாள். என்னால் பசியைத் தாங்க முடியாது என்ற அதிசயச் செய்தியை மற்ற பெண்களுக்குச் சற்று சலிப்பு காட்டியபடி தெரிவித்தாள். மற்ற பெண்களுக்கும் வீட்டில் பசி சற்றேனும் தாங்க முடியாத ஆண்கள் இருப்பது வெளிப்பட்டது. தன் செம்புத் தவலை சப்பியது எப்படி என்று புஷ்கலா அக்கா சொன்னாள். எல்லாரும் சிரித்தார்கள்.

தங்கையின் கோயில் சற்றுத் தள்ளி இருந்தது. அக்காள் கோயிலை விடவும் அங்கு தனிமை அதிகம். இங்கிருந்து செண்டை வாத்திய ஒலியுடன் கும்பல் அங்கு சென்றபோது மரங்களில் நிரம்பியிருந்த பறவைகள் கலைந்தெழுந்தன. அந்த ஆரவாரத்தில் மனம் பதைப்பு கொண்டது. மேடேறி கோயிலை அடைந்தபோது செண்டையின் தாளத்தில் சிறிது வெறி ஏறியிருந்தது கோயிலின் சுவர்களும் தோற் பரப்புகள் போல அதிர்ந்து ஒலியை எழுப்புவதாகப் பட்டது.

பேச்சு நின்றுவிட்டது. எல்லா கால்களிலும் தாளம் இருந்தது. வீரப்பறக்கள் விரிந்த வாயில் கடித்த குழந்தையுடன் வெறி தெறித்த விழிகளுடன் தங்கை. தாளம் முற்றி முற்றி வெறும் அலையோசை யாகியது. பூசாரி தீபங்களைத் தூண்டியபோது தங்கையின் வெறிமுகம் மேலும் விரிந்தது.

சட்டென்று இதயம் நடுங்கும் அலறல் எழுந்தது. புஷ்கலா அக்காவுக்கு சந்நதம் வந்துவிட்டிருந்தது.

எப்போது மார்பிலிருந்து சேலை நழுவியது. எப்போது கொண்டை அவிழ்ந்து கூந்தல் சிதறியது என்று தெரியவில்லை. பயங்கரத் தோற்றத்துடன் அவள் கைகளை விரித்து ஆடினாள். தொண்டையில் நரம்புகள் ஆலமர வேர்ப் புடைப்புகள்போல எழுந்தன. அந்த ஊளை ஏதோ பயங்கர வனமிருகத்தின் ஒலி போலிருந்தது.

"மோகனா நீ வெளியே போ" என்று சக்கரைப் பாட்டி கத்தி னாள். ஆனால் இள ஏப்பத்துடன் நின்ற மோகனன் அண்ணாவுக்கு ஒன்றுமே தெரியவில்லை. "மோகனா நீ வெளியே போ." அதற்குள் புஷ்கலா அக்கா இரையைக் கண்ட சிம்மம் போல் உறுமியபடி, நடுவே நின்ற இருவரைத் தூக்கி வீசியபடி, மோகனன் அண்ணா மீது பாய்ந்தாள். என்ன நடக்கிறது என்று புரிந்து கொள்வதற்குள்ளேயே நான் அலறினேன். ஆண்களும் பெண்களுமாக உடல்கள் முட்டி மோதுவதைக் கண்டேன். கூக்குரல்களைக் கேட்டேன். நான் துள்ளித் துள்ளி எட்டிப் பார்த்தேன். மோகனன் அண்ணாவின் ஆண்குறியை புஷ்கலா அக்கா இறுகப் பற்றியிருந்தாள். அட்டை போலச் சுருண்டு அவர் அவள் மீது கிடந்தார்.

பிறகு புஷ்கலா அக்கா உடல் உதறி பின் சரிந்து விழுந்தாள். தலையில் மஞ்சள் நீரை ஊற்றினார்கள். அம்மன் 'மலையேறும்' போது சிலர் திரும்ப வராமல் சென்றதுண்டு. மோகனன் அண்ணாவை அள்ளித் தூக்கிக்கொண்டு வந்தார்கள். சாலை யோரம் படுக்க வைத்தபோதுதான் நான் கவனித்தேன். அவரது வேட்டி முன்பக்கம் பச்சை ரத்தத்தால் நனைந்து சொட்டிக் கொண்டிருந்தது. குமாரகோயிலில் இருந்து கார் வந்து அவரைத் தூக்கிப் போட்டுக்கொண்டு சென்றபோது அந்த வழி முழுக்க செம்மண் தூசு மீது ரத்தம் குன்னிமுத்து போல உருண்டு கிடந்தது.

பாலை

ஆற்றங்கரை வேங்கை மரத்தடியில் எங்கள் ஜமா கூடி யிருந்தது. தலைப்புகள், கூழைப்பலா மற்றும் ஜெயபாரதி. கூழைப் பலா வாயு பதார்த்தம் என்றான் ஆயுர்வேத குலத்தில் உதித்த நாணு பிள்ளை. கோபாலன் தம்பி நாரதர் நீதிபதியாக இருக்க சீதேவியும் மூதேவியும் நடத்திய அழகிப் போட்டி பற்றிச் சொன்னான். சீதேவி வந்தால் அழகு. மூதேவியும் ஜெயபாரதியும் போகும்போது அழகு. கோலப்பன் "அங்க பாருலே ஒரு சாதனம் உருண்டு வாற வரத்தெ" என்றான். வெண்ணிற அலைகளாக உறைந்து விரிந்து, வெயிலில் தகித்த ஆற்று மணலில், தன் நிழல் மீதே நடந்தபடி மணி ஆசாரி வந்துகொண்டிருந்தான். பிறர் இரண்டடியால் தாண்டக்கூடிய தொலைவை, மணி ஆசாரி மூன்றடியால் தாண்டவேண்டும். இருமடங்கு எடையுடன்.

"அவனுக்கு செருப்பிலே இப்பம் நல்ல பீஃப் வாசனை உண்டு மக்கா" என்றான் ராபின்சன். வியர்வை சிதற, மணி ஆசாரி வந்து சேர்ந்தான். "என்னடே சினிமா பாத்தே?' என்றான் கோலப்பன். "பைசா இல்லடே மக்கா". "பிறவு நீ என்ன எளவுக்குடே குழலுக் குள்ள கேறிப் போறே?" என்று ராபின்சன் மணி ஆசாரியைத் தோளில் குத்தினான். தம்பி, "டேய் மணி எம்ப்ளாய்மெண்ட் எக்சேஞ்சிலே ஒரு வாதை உண்டும் கேட்டியா? சினிமா காணாம திரும்ப வாற பெயலுவள ராத்திரில கேறி பிடிச்சுப் போடும் பாத்துக்க" என்றான்.

மணி ஆசாமி எதிர்பாராதபடி சோகமானான். ஜமாவின் மூத்த குடிமகனான பெரியநாடார், மணி ஆசாரியை ஆதுரமாக அணைத்து உட்கார வைத்தார். "விடுங்கலே, எளவெடுத்த பேச்சு பேசாம. அவனுக்க சங்கு எரியிறது அவனுக்குத்தான் தெரியும்." நான் மணியைப் புரிந்துகொள்ள முயன்றேன். "என்னை மட்டும்

பணம் தந்து நாகர்கோவிலுக்குப் போகச் சொன்னா படம் பாக்காம வாற பேச்சே இல்லை" என்றேன்.

"நீ சொல்லுலே மக்கா, எளம் பிராயமுல்லா. படிக்குத காலத்தில பெயவ வீட்டில ராசாக் கணக்காக்கும். நேரந் தவறாம சோறு. கேட்கும்பம் பைசா. மக்கா மகாராசா எண்ணு நல்ல வாக்கு.... படிச்சு முடிச்சு சோலி இல்லாம நிக்கும்பம் தெரியும் காலுக்கடியில தீ பிடிச்சு கேறுயது..."

ஜமாவில் நானும் கண்ணாடி மோகனனும் மட்டும்தான் மாணவர்கள். மற்றவர்கள் எல்லாருமே எஸ்.எஸ்.எல்.சி. முடித்துவிட்டு, டைப்பிங், ஷார்ட் ஹேண்ட் என்று ஏதேதோ படித்து விட்டு அலைமோதுபவர்கள். மதியம் வீட்டுக்குப் போய் சாப்பிடுபவர்கள் அபூர்வம். அவ்வப்போது இம்மாதிரி பயணங்கள் இருக்கும். மணி ஆசாரி கார்டு புதுப்பிப்பது பதினொன்றாம் தடவை. அம்மாவிடம் பணம் இருக்கவில்லை. அப்பா மணிக்குப் பணம் தருவதை நிறுத்தி வெகு நாட்களாகிறது. மணிக்கும் போவதில் ஆர்வமில்லை. அம்மாதான் அழுது மன்றாடினாள். விறகுகளைச் சேகரித்து, கட்டி எடுத்துக் கொண்டுபோய் டீக்கடையில் போட்டு பணம் திரட்டித் தந்தாள். இனி எதிர்பார்ப்பதில் அர்த்தமில்லை. அப்பாவுடன் மரவேலைக்குப் போகிறேன் என்று மணி ஒரு முறை சொன்னபோது அம்மா மனமுடைந்து அழுதுவிட்டாள். "உனக்க ஆசாரிச்சிக்கு கிறுக்காக்கும் கேட்டியா? சும்மா பத்து கொட்டு கொட்டினா இன்னிக்கு ரூபா இருபதாக்கும் கூலி. உளிபிடிக்கத் தெரியாத பெயவள் டெரிகாட்டன் சட்டை போடுதானுவ" என்றார் பெரிய நாடார். "எனக்க மொவன் வீயேக்காரன்லா" என்று தினம் நூறு தடவை சொல்லி அலைபவள் மணியின் அம்மா. பீயேக்காரனுக்கு பழைய சோறு தரலாகாது. பீயேக்காரன் எந்தப் பொருளையும் தலையில் வைத்து சுமக்கலாகாது. "எனக்க மவன நாலு நாயம்மாரு சாரே எண்ணு விளிச்சியதக் கேட்டுப்போட்டுத்தான் நான் சாவணும் அம்மிணி" என்று புலம்புபவள் கிழவி. மரப்பொடி விற்கச் செல்லும் வீடுகள் தோறும் அமர்ந்து மகனைப் பற்றிப் பேசாமலிருக்க மாட்டாள். "அப்பம் நல்ல சம்பந்தம் வேணுமே ஆசாரிச்சியே" என்று நாயர் பெண்கள் கண்களால் தங்களுக்குள் சிரித்துக்கொண்டபடி கேட்பார்கள். கிழவி வெட்கமும் பெருமிதமும் தெரிய, "ஆமாம்

வாழ்விலே ஒரு முறை ❋ 71

அம்மிணியே. நல்ல வெளுத்து தடிச்ச பெண்ணுதேன் வேணும். அது கண்டிசனாட்டு சொல்லியாச்சு'' என்பாள்.

மணி ஆசாரி சோர்ந்த முகத்துடன் மணலை அளைந்தபடி இருந்தான். கோபாலன் தம்பி ஜெயபாரதியையும் ஸ்ரீ வித்யா வையும் ஒப்பிட ஆரம்பித்தான். மொத்த நடிகையர் குலமே முற்போக்கு. பிற்போக்கு என இரு அணிகளாகப் பிரிந்தது. இருட்டும் வரை கலையிலக்கிய அரசியல் விவாதம். இருட்டிய பிறகு, கோயிலுக்குச் சொந்தமான தென்னைமரங்களில், அல்லது மூலயம் வீட்டுத் தோப்பில் புகுந்து தேங்காய் திருடி ஆனைப்பாறையில் மோதிப் பிய்த்து உடைத்து இரவுணவு. நள்ளிரவில் யாருமறியாமல் வீட்டுக்குச் சென்று, அம்மா தாழிடாமல் விட்டு வைத்த கதவைத் திறந்து உள்ளே போய் படுக்கை. "கிளவனுக்கு நான் வாறது தெரியும்லே. ஆனா உறங்கினது மாதிரி கிடந்து போடுவாரு. முகத்தோடு முகம் பாத்துக்கிட்டா, ரெண்டு பேருக்கும் கஷ்டம். நாங்க பேசிக்கிட்டு இப்பம் வருஷம் ஏழாவுது.'' பெரிய நாடார் சொன்னார். வீட்டிற்குள் கூரிய முட்கள் நிரம்பியிருப்பதுபோல. கஞ்சிப் பாத்திரம் அடியில்லாத ஆழம் கொள்வது போல. சொந்த ஊரில் தலைமறைவாக வாழும் ஒரு கூட்டம் அது.

கோபாலன் தம்பிக்கு ஊரை விட்டு ஓடிப் போவது என்பதே இலட்சியக் கனவு. தம்பி குலத்தில் பிறந்தவன் கூலி வேலை செய்ய முடியாது. யாரையும் பணிந்து, நயந்து எதையும் பெற முடியாது. ஆனால் பட்டினி கிடக்கலாம். நோயில் கிடந்து மருந்தின்றி சாகலாம். எல்லாம் இந்த ஊரில்தான். சற்று விலகிச் சென்றால், பிறகு குலம் கிடையாது. இன்னும் சற்ற நகர்ந்து விட்டால், சாதியும் கிடையாது. பிறகு பெயரே இல்லாமலாகும். அதற்கும் அப்பால் போனால் மொழி மறையும். அதற்கும் அப்பால் ஓர் இடம் இருக்கிறது. அங்கே நமது உடல் மட்டுமே இருக்கும். ஆம், வேறு எதுவுமே இருக்காது. "அதாக்கும்டே சொர்க்கம் எண்ணு நம்ம பழைய ஆளுக சொல்லுத எடம்,'' கோபாலன் சொல்வதுண்டு.

ஒவ்வொருவருக்கும் இருந்தது தொடு வானில் ஒரு குளிர்ச்சுனை. ராகவன் எதிர்காலத்து திரைப்படக் கவிஞன். ஒரு நாநூறு பக்க நோட்டுப் புத்தகம் நிரம்பப் பாடல்கள் கைவசம் வைத்திருந்தான். செத்துக் கிடக்கும் அம்மா, மனைவி, மகன்,

மகள் முதலியோரை கட்டித் தழுவிக் கதறியபடி சிவாஜி கணேசன் பாட தனித்தனியாகப் பாடல்கள் இருந்தன. சிதம்பரம் செட்டியாருக்கு பெரிய ஒரு வியாபாரியின் (ஒன்றரைக்கண், திக்குவாய், கூன் அல்லது மந்தபுத்தி கொண்ட) மகளைத் திருமணம் செய்வது இலக்கு. ராமன் நாயருக்கு இராணுவத்தில் ஒரு இடைவெளி கிடைக்காமல் போகாது. "பாலைவனத்து தாகம்! நீயோ தாமரை பூத்த தடாகம்!" ராகவன் எழுதிய (எம்.ஜி.ஆர். லதாவைச் சுட்டிக்காட்டி சரிந்து நின்று பாடவேண்டிய) பாடலின் ஒரு வரி.

ஊர் வாயைப் பயந்துதான் ஜமா சேர்வது. தனியாக நடக்கும் போது ஒவ்வொருவரும் விரல்பட்டாலே எலும்பு முறியும் நோயாளியைப் போன்றவர்கள். ஜமாவில் இணையும்போது, ஒரு பலம் கைவருகிறது. "பிள்ளையார் பிடிச்சது மாதிரி இப்படி ஒக்காந்திருக்கிற நேரத்திலே நாலு வாழை நட்டு வளக்க பிடாதோ?" என்று சம்புமடத்தில் சரசுப் பாட்டி கேட்கும் போது, "ஆசை இல்லாம இல்ல பாட்டி. அதுக்கு அவ சம்மதிக்கணுமே" என்று கோபாலன் தம்பி பதில் கூறுவான். ஜமா பின்னணியில் பயங்கரச் சிரிப்பொலி கிளம்பும்.

ஜமாவிலிருந்து அவ்வப்போது ஆட்கள் பிரிந்து செல்வார்கள். பெரும்பாலானவர்கள், 'சொந்தத்தில் ஒரு மாமா' வின் கடையில், 'ஒரு கை உதவியாக' நிற்பதற்குச் செல்பவர்கள்தான். பம்பாயில் 'ஒரு கம்பெனி'யில் வேலை பார்க்கச் செல்பவர்கள் உண்டு. செல்லப்பன் வீட்டிற்குள் இரவில் தூக்குப் போட்டுக் கொண்டான். ஓடிப்போன முருகன் பற்றி தகவலே தெரியவில்லை. "யாரோ வருவார், யாரோ போவார். வருவதும் போவதும் தெரியாது" என்று ஆஸ்தான பாடகர் குமாரசாமி பாடுவதுண்டு. ஜமாவில் எல்லாமே சிரிப்பாக மாற்றப்பட்டுவிடும். சிரிப்பு எதிர்பாராதபடி அடங்கி, சில நிமிடங்கள் நீளும் மௌனம்தான் பயங்கரமானது.

ஆகவே, மணி ஆசாரி காணாமல் போனது கவனத்திற்கு வரவேயில்லை. ஒரு முறை அவனை சாலையில் பெரிய நாடார் மறித்தபோது, அவனுக்கு எங்கோ வேலை கிடைத்த தகவல் தெரிந்தது, ஜமாவை அவன் முழுக்க ஒதுக்கியது எல்லாருக்குமே கோபத்தை உருவாக்கியது. ஒரு நாள் மணி ஆசாரி ஆற்றுமணலில் யதேச்சையாக ஜமாவிடம் சிக்கிவிட்டான். கும்பல் நடுவே, மாட்டிக் கொண்ட மரநாய்போல, ஆசாரி விழித்தான். "உனக்கு

என்னடே வேல?" என்றான் கோபாலன் அமர்த்தலாக. "கம்பெனி வேலை" "கூடோத்திரம் கோவிந்தன் எப்பமிடே கம்பெனி தொடங்கினான்?" கோபாலன் கேட்டதும், ஆசாரி அதிர்ந்தான். பிறகு அழுதபடி தம்பியின் கைகளைப் பற்றிக்கொண்டான். "ஆருகிட்டயும் சொல்லிடாதேடே. அம்மா அறிஞ்சா நாக்கைப் பிளுதுகிட்டு சாவா" என்றான். "என்னடே ஆசாரி, என்னை நீ இன்னைக்கு நேத்தைக்கா பாக்குதே? நீ எனக்கு சொந்த ரெத்தம் மாதிரியாக்குமிடே" என்றான் கோபாலன்.

ஆசாரி ஆற்றின் மறுகரையில் நட்டகுடி என்ற ஊரைச் சேர்ந்த மந்திரவாதி கோவிந்தக் கணியாரின் சீடப்பிள்ளையாக மாறிவிட்டிருந்தான். சுமாரான வருமானம் வந்தது. கணியாருக்குத் தமிழ் சரிவரத் தெரியாது. வியாபாரம் நடப்பது ஆரல் வாய்மொழி தாண்டி, பாண்டி நாட்டில். ஆகவே ஆசாரியின் உதவி தேவைப்பட்டது.

வித்தை மிக எளியது. ஆசாரி தன் துணிப்பையிலிருந்து ஒரு கோழி முட்டையை எடுத்துக் காட்டினான். அதில் சிறு ஓட்டை போட்டு, உள்ளிருந்து மஞ்சள் கருவையும் வெள்ளைக் கருவையும் வெளியே எடுத்துவிடுவார்கள். நன்றாகக் காய வைத்த பிறகு, குளத்தில் பிடித்த நீரட்டையை உள்ளே விடுவார்கள். அது எளிய வேலைதான். அட்டையை இரண்டு நாள் ஒரு தீப்பெட்டியில் போட்டு வைத்தால் தண்ணீர் இல்லாமல் அது வறண்டுவிடும். காலி முட்டைக்குள் சிறிது நீர் ஊற்றி அதனருகே வைத்தால், அட்டையே சிறு ஓட்டை வழியாக பிதுங்கி உள்ளே போய்விடும். நீரை வடியச் செய்த பிறகு, பெவிகால் போட்டு ஓட்டையை நன்றாக மூடினால் முழு முட்டை போல ஆகிவிடும். இந்த முட்டைதான் பிரதான ஆயுதம்.

முட்டைக்குள் காற்று போகும் என்பதால் அட்டை சாகாது. ஆனால், நீரின்றி தாகத்தில் தவித்தபடி இருக்கும். தண்ணீர் இருக்கும் இடம் அதற்கு உள்ளுணர்வால் தெரியும். அந்தத் திசை நோக்கி அது ஊர்ந்து செல்லும். கணியார் பேய் ஓட்டும்போது உரிய பூஜைகள் முடிந்த பிறகு மந்திரித்த முட்டையை தரையில் வைப்பார். முட்டை தண்ணீர் நிரம்பிய கிண்டி வைக்கப்பட்டிருக்கும் திசை நோக்கி உருண்டு செல்லும். அத்திசையில் போய் மண்ணைத் தோண்டினால் (ஏற்கெனவே கணியார் புதைத்து வைத்த) தகடு கிடைக்கும். முட்டையை

வாங்கிப் பார்த்தோம். ஆச்சரியமாக இருந்தது. ராகவன் "தாகம் நிரம்பிய ஆத்மா இதற்குள் உறங்குகிறது!" என்றான். கோலப்பன் "தண்ணீர் இல்லாட்டி அதுக்கு எப்பிடிடே உறக்கம் வரும்?" என்றான்.

மறுநாள் மதியம் ஆசாரி அலறிப்புடைத்தபடி ஓடி வந்தான். அன்று மாலை அவன் கணியாருடன் ஏரல் போகவேண்டும். பையில் பார்த்தால் முட்டையைக் காணவில்லை. நேற்று ஆற்று மணலில் மறந்து விட்டுவிட்டானா? நாங்களும் தேடினோம். நாங்கள் இருந்த இடத்திற்கு வெகுதூரம் அப்பால், நதிநீர் ஓட்டத்திற்கு பத்தடி, இப்பால், முட்டை கிடைத்தது. உள்ளே அந்த உயிர் செத்து உலர்ந்திருந்தது. கோபாலன் தம்பி, நான் முதன்முதலில் அவனில் பார்க்க நேர்ந்த மனமுடைந்த முக பாவத்துடன், "தூக்கி எறிடே அதை. வச்சிகிட்டு கொஞ்சாம" என்று கூவினான்.

இருபத்திரண்டு வருடம் தாண்டியிருக்கிறது. புயலடித்து சிதறியவர்கள் போல ஜமா இல்லாமல் ஆகிவிட்டது. புயல்தான்; கண்ணுக்குத் தெரியாமல், மிக மெல்ல, ஆனால் மிக உக்கிரமாக வீசிய புயல். ராகவன் குலசேகரத்தில் ஒரு வெற்றிலை பாக்கு கடை நடத்துகிறான். சிதம்பரம் செட்டியார் விஷம் சாப்பிட்டு செத்தான். பெரிய நாடார் ஏலக்காய் மொத்த வியாபாரியாகி, வசதியாக இருக்கிறார். மணி ஆசாரி அவரைவிட பத்து வயது மூத்த ஒரு தமிழ் விதவையை மணம் முடித்து சிவகாசியில் அவள் டீக்கடைக்குப் பொறுப்பாக இருப்பதை தேனீ வளர்க்கும் கோலப்பன் ஒரு முறை பார்த்தபோது சொன்னான். தம்பி சௌதி அரேபியாவில் இருக்கிறான். அவனுடைய கடிதத்தில்தான் சமீபத்தில் அந்த முட்டை பற்றிய நினைவுகூர்தல் இருந்தது.

புதுப் புனல்

கோடைக்குப் பின் முதல் மழை எங்கு பெய்தாலும் இளம் சேற்று நீரின் மணம் எனக்குள் நினைவுகளைப் பெருக்கெடுக்கச் செய்வது வழக்கம். வறண்ட ஊர்களின் உடைமுள் பரவிய பொட்டல்களில்கூட சொந்த ஊரின் ஆற்றின் குளுமையை உணர முடியும். இளமையில் நாமறிந்த ஆறு நம் உதிர ஓட்டத்தில் கலந்து விடுகிறது. புதுப்புனலின் போது ஆற்று நீர் மட்டுமல்ல. மண்ணுடன் கலந்து இரண்டு ஆதாரப் பொருள்களினாலாகிய ஓட்டமாக அது மாறுகிறது.

எங்கள் ஊர் திருவரம்பு மகாதேவர் ஆலயத்துக்கு வர ஏதாவது ஒரு நீரோட்டத்தைக் கடந்துதான் வரவேண்டும். தென் தாமிரவருணி ஒரு பக்கம் மற்ற மூன்று பக்கங்களிலும் அதன் துணைகள். ஒரு கிலோமீட்டர் தள்ளித்தான் தென் தாமிரவருணி திற்பரப்பு அருவியாகக் கொட்டிக்கொண்டிருக்கிறது. நீரின் ஒலியைக் கேட்டுக் கேட்டு அதை நாங்கள் உணர்வதேயில்லை. ஆனால் வேறு ஊர் போய் வேறு ஒலிகள் காதில் விழும்போது அம்மாவின் குரலுக்கு ஏங்கும் கைக்குழந்தைபோல நீரோசைக்காகத் தவிக்க ஆரம்பித்துவிடுவோம்.

குமரி மாவட்ட ஆறுகளில் பொதுவாக எப்போதுமே தண்ணீர் இருக்கும். பத்தொன்பது வயது வரை குளிப்பது என்றாலே ஆற்றில் மூழ்கித் திளைப்பது என்றுதான் எண்ணியிருந்தேன். ஊரைவிட்டுக் கிளம்பி குழாய் நீரில் குளிக்க ஆரம்பித்த பிறகு என் ஆற்றைப் பற்றி பல நூறு பக்கங்கள் எழுதியிருக்கிறேன். ஆற்றைப் பற்றி அந்த அளவுக்கு உள்வாங்கியிருப்பதை எழுதிய பிறகே பிரமிப்புடன் அறிவேன். அப்போது ஆறு அம்மாவைப்போல தன் மௌனம் மிக்க கனிவால் என்னைப் பரிபாலித்தபடி அறியாமல் என்னுடனிருந்தது. அது என்

எல்லாப் பருவங்களுடனும் கலந்திருந்தது. கோடை விடுமுறை நாட்களில் விரிந்த வெண்மணல் பரப்பில் இரவு கவியும் வரை கபடி ஆட்டம் நடக்கும். இருளில் மெல்லிய ஒளியாக ஓடும் நீரில் தோழர்களுடன் குளித்துவிட்டுக் காற்றில் அமர்ந்து பேசிக் கொண்டிருப்போம். அதிகாலையில் மென்பனிப்புகை எழ அலாதியான தூய்மை கொண்டிருக்கும்.

மழைக்காலத்தில் அருவியொலி எங்கள் தலைக்குமேல் கேட்கும். நள்ளிரவில் விழித்துக்கொள்ளும்போது மிக அருகே, சில சமயம் நம் உடம்புக்குள்ளேயே கேட்பது போலிருக்கும். மாற்றமில்லாத அவ்வொலி கேட்கக் கேட்க நெளிந்தாட ஆரம்பிக்கும். எதையோ வலியுறுத்திச் சொல்வதுபோல், மெல்ல பாடிக்கொள்வது போல, தூக்கத்தில் கேட்கும் அருவியொலி அம்மாவின் புடவை ஒன்று தற்செயலாக படுக்கை மீது விழுந்து விட்டது போலிருக்கும். அதனுடன் அப்படியே சுருண்டு கொண்டு குழந்தையாக உணர்ந்தபடி தூங்கும்போது திறக்கும் வாசல்களுக்கு அப்பால் பசுமை நிரம்பிய புல்வெளிகள் விரியும்.

மலையடிவார கிராமம் ஆதலால் புது வெள்ளம் கோடை மழை முடிந்த அரைமணி நேரத்திலேயே வந்துவிடும் முதல் வெள்ளம் ஒரு திருவிழா போல. மலையிலிருந்து வரும் விறகுகள், மூங்கில் பத்தைகள், தேங்காய்கள், வாழைக்குலைகள் ஆகிய வற்றை ஆணும் பெண்ணும் கூட்டம் கூட்டமாக நீரில் குதித்து நீந்தியடித்துப் பிடித்து கரைசேர்த்து பங்கு வைப்பார்கள். என்னை வீரர்களும் வீராங்கனைகளும் சேர்த்துக்கொள்வதில்லை. நீரில் குதித்து கரையோரமாகவே நீந்துவேன்.

பாலக்கரை ரெஜினாள் மேரி என் வகுப்பில் படித்தாலும் என்னை விட நான்கு வயது மூத்தவள். அவள் தலைமுடி மிக நீளமானது. அதற்கும் முகத்துக்கும் நிறவேறுபாடு இருக்காது. சிரிக்கும்போது கருமையாக இருக்கும் அவள் ஈறுகளைக் கண்டு மனம் படபடப்பதன் ரகசியம் பிடி கிடைக்காத பருவம் எனக்கு. புது வெள்ளத்துக் கரையில் அவள் பிடித்த தேங்காய்கள், விறகுகள், ஈரப்பாவாடைச் சட்டையுடன் என்னைப் பார்த்து "அய்யோ, இதாரு பஸ்ட் ராங்கு சாருல்லா? குளிச்சியதுக்கா வந்தீய? செம்பு எங்க?" என்று கேட்டாள். அவளுக்குப் பின்னால் பற்கள் ஒளிர பல முகங்கள் மலர்வதைக் கண்டேன்.

நீரில் எதுவோ மிதந்து வந்தது. கூக்குரல்கள் எழுந்தன. பெண்களும் பையன்களும் பளீர் பளீர் என்று நீர்ப்பரப்பைப் பிளந்து குதித்தனர். நீரில் கைகால்கள் வீசித் துழாவ துளிகள் ஒளிவிட்டு சிதறின. ஒரு வாழை மரத்தின் பச்சையிலைகள் சுறா வால்போல் மேலே தெரிந்து அமிழ, முதலில் அதைப் பிடித்தவன் சாலமன். ஆனால் குலையை மேரி பிடித்துவிட்டாள். அவன் அவளை மரத்தாலேயே தள்ள மரத்தைப் பற்றியபடி நீருக்குள் ஒரு முறை சுழன்று மூழ்கி எழுந்தாள். சாலமன் பிடியை விட்டுவிட்டான். மேரி வாழையுடன் கரையை நோக்கி வந்தாள். கரையில் நின்றவர்கள் அவளைக் கைதட்டி ஊக்கினார்கள். சாலமன் வாயில் நீரை மொண்டு பீச்சித் துப்பியபடி சிரித்தான்.

ஆனைப்பாறை மீது நின்று ஆற்றைப் பார்த்தேன். காற்றில் நெளியும் செம்பட்டுப் புடவை போல, விரைந்தோடும் பெரும் பாம்பு போல, குளிர் அதிலிருந்து கிளம்பி என் கால்களைப் பற்றி மேலேறியது. அடி வயிறு சிலிர்த்தது. அம்மா என்னிடம் ஆற்றுக்குப் போகலாகாது என்று சொல்லியிருந்தாள். மச்சுக்கு ஏறி அங்கிருந்து மாமரத்தில் இறங்கி தப்பி வந்தேன். அவளுக்கு எப்படியும் தெரிந்துவிடும். அடிப்பாள். ஆனால் இந்தப் புது வெள்ளத்தில் எப்படியும் நீந்திவிடுவேன் என்று சென்ற முறையே சபதம் செய்திருந்தேன். குளிர்ந்த கண்ணாடி உருகி வழிகிறது. அதனுள் அறியாத உலகம் ஒன்று. மூச்சு நெஞ்சுக்குள் குளிர்ந்து நின்றது. கனமான காற்றுவெளி என்னைத் தடுத்து பின்னுக்குத் தள்ளியது. வேண்டாம். இந்த முறை விட்டுவிடுகிறேன். அடுத்த வருடம். ஆனால்...

நான் குதித்ததைப் பார்த்து மற்ற பையன்கள் வியந்தார்கள். நீரில் குதித்த கணம் என் தயக்கங்கள் அவிழ்ந்தன. கரையோரத்தில் செந்நிறமான மழையோடை நீர் குழம்பியது. அந்தச் சேற்று வாசத்தில் அமிழ்ந்தேன். என் உடலுக்குள் அந்த வாசம் ஓடியதை அறிந்தேன். நீராலான எல்லையொன்றைக் கடந்ததும் தவிட்டு நிறம் கலந்த மலைநீர். கும்மாளமிடும் குழந்தைகள் நடுவே அமைதியான அழுத்தமான குழந்தைபோல. மலை வெள்ளத்துக்கு ஒரு குளிரும் மௌனமும் உண்டு. அதன் மீது சென்றதுமே தோள்களை அணைக்கும் நீர் மலைப் பாம்பின் பிடிபோல நெரித்தது. வெகு தொலைவில் கரை ஒரு கப்பல் போல தென்னைமரக் கூட்டங்களுடன் நகர்ந்து சென்றது.

அண்ணாந்து வானைப் பார்த்தபோது திடீரென்று அசைவற்ற வானம் கருமேகங்கள் மிதக்க நீலப்பிரவாகமாக எதிர்த்திசையில் பெருகியோடுவதைக் கண்டேன்.

நீராழம் ஒரு பொன்னிற உலகம். தலைகீழாக அதனுள் பிரவேசிக்கும்போது அங்கே இருண்ட திட வடிவமான பொன் வானத்திலிருந்து பொற்குமிழிகள் உதிர்ந்து காலடியில் மறைய, பொன் இலைகளும் சருகுகளும் மெல்லச் சுழன்று சென்றன. பொன்தூண்கள், பொன் துகள்கள் கீழ்திசை நோக்கிப் புரண்டு போயின. அந்த வானப் பரப்பு நோக்கி எழ எழ, மார்பில் மூச்சு முறுகி முறுகி வந்து அப்பரப்பைத் தொடும் கணத்தில் நானும் ஒரு குமிழியாக வெடிக்கப்போகிறேன் என்று தோன்றியது. அச்சம் முளைத்து பரபரவென வளர்ந்து ஆட்கொள்ள உதைத்துத் திரும்புவேன். நீரின் முடிவற்ற கதவுகளை தோள் சலிக்க திறந்து திறந்து மூச்சின் கடைசித் துளியைச் சேர்த்து உடைத்து வெளி வந்த கணம் ஓலமிட்டபடி காற்று வந்து சூழ்ந்துகொண்டது.

கரையேறி தலை துவட்டிக்கொண்டிருந்தபோது மேரி தேங்காய்களை விறகுடன் சேர்த்து கட்டிக்கொண்டிருந்தாள். "பஸ்ட் ராங்கு சாரு தேறிப் போட்டுதே?" என்றாள். வெட்கிச் சிரித்தேன். "ஒண்ணு பிடிச்சணும் சாரே, பாத்துக்கிட்டு நிக்காம..." என்றாள். சுமையை அவள் ஈரக்கூந்தல் மீது ஏற்ற உதவினேன்.

"அப்பம் மழைவெள்ளத்தில் நீந்தத் தெரியும் இல்லியா?" என்றாள். அவள் கண்கள் முழுக்க சிரிப்பு.

"போன வருசமே நீந்தினேனே."

"அது செரீ, அப்பம் பிராயம் ஆயாச்சு. பெண்ணு கெட்ட வேண்டியதுதான். அம்மை கிட்ட செல்லணும்" என்றாள்.

அவள் தோழி உரக்கச் சிரிக்க ஆரம்பித்தாள். கால் பதறி நடந்தேன். நீரின் வேகம் தோள்களில் அப்போதும் மிச்சமிருப்பது போலிருந்தது. கண்கள் சூடாகக் கலங்கின.

சாலமன் அவளருகே சுமையுடன் வந்து "தலையெ துடைக்கப் பிடாதா குட்டி?" என்றான்.

"நீரு துடச்சிவிடும்" என்றாள். அவள் முகத்தின் சிரிப்பு எனக்கு அவர்கள் உறவைப் பற்றி குறிப்புணர்த்தியது. அவன் தோள்களைப் பார்த்தேன். ஈரம் வழியும் பாறை போலிருந்தன.

அவர்கள் சிரித்து மெல்லப் பேசிக்கொள்ள ஆரம்பிக்க முன்னே நடந்தேன்.

அறக்கரை வீட்டு முக்கில் திரும்பும்போது, "ஜெயன்" என்று பெண் குரல் கேட்டது. சிந்து அக்கா மதில் சுவர் மீது தலைமட்டும் காட்டி எட்டிப் பார்த்து "ஆற்றிலே புது வெள்ளமா?" என்றாள்.

வேண்டுமென்றே "இல்லியே. சாதா மழைக் கலங்கல்தான். மலையிலே மழை இல்லைன்னு தோணுது" என்றேன்.

"அய்ய, அந்தக் கதை வேண்டாம் பாத்துக்கோ. இங்க இருந்தாலே மலை ரொம்ப நல்லா தெரியும். தெக்குச் சரிவு கறுத்து மின்னலடிக்கிறதைப் பாத்தாலே தெரிஞ்சுடும். இவ்வளவு நேரம் நான் இங்கேயிருந்து அதைத்தான் பாத்திட்டிருந்தேன்."

உள்ளே "ஆருடீ" என்று அவள் அம்மா கேட்கும் சத்தம் கேட்டது. அவளையும் அவள் தங்கையையும் பள்ளிக்குக் கொண்டுவிடும் போதுகூட காவல் இருக்கும். குருவிக்காடு சந்திப்பில் அவள் பஸ் ஏறும்போது எட்வின் சார் சற்றுத் தள்ளி காத்து நிற்பார். மூக்குக் கண்ணாடியை சரிசெய்தபடி கைக்குட்டையால் வியர்வையைத் துடைத்தபடி. அவர்கள் பார்த்துக்கொள்கிறார்களா என்று பலமுறை கவனித்ததுண்டு. ஒரு முறைகூட அவர்களுடைய பார்வைகள் சந்தித்ததில்லை. உடலே கண்களாக மாறிவிட்டிருக்கும் போலும்.

"ஜெயன் கோயில் வட்டத்திலே" என்றாள்.

"அவனை நிக்கச் சொல்லு" என்றபடி பாகீரதி மாமி கனத்து படியிறங்கி வந்தாள். "உள்ளே வாடா. இந்த சனியன் வாளியை கிணத்திலே போட்டுட்டுது கேட்டியா. ரெண்டு நாளாட்டு குடத்தைக் கெட்டி இழுத்து தோளெல்லாம் இத்துப் போச்சு... பாதாளக் கரண்டியே போட்டு நாலு கறக்கு கறக்கிப் பாருடே. நல்லாயிருப்பே."

கிணறு பொங்கி மேலெழுந்திருந்தது. இளம் கலங்கல் நீர் தொட்டு விடும் தூரத்தில்.

"மாமி கிணத்திலே நல்ல வெள்ளமில்லா."

மாமி எட்டிப் பார்த்து "இங்க பாருட்டீ சீரெ. எப்பிடி கெடந்த கிணறு. ஆத்திலே புது வெள்ளமாடே?"

"ஆமா மாமி. நான் சும்மா ஓரமாட்டு குளிச்சேன்."

"ஆமா, ஆமா. உனக்க கண்ணப் பாத்தா தெரியுமே. உனக்க அம்மைய காணட்டு, கேட்டியா. ஆனக்கயம் நிறைஞ்ச அப்பம் இந்த கிணத்துலே ஊத்து திறந்திடும். எனக்க சின்ன பிராயத்திலே அண்டாவிலிருந்து கோரி எடுப்பது மாதிரி குடத்தை விட்டுப் பிடிப்போம்..."

மீண்டும் கிணற்றைக் குனிந்து பார்த்தேன். இருண்ட ஆழத்தி லிருந்த குளிர் ஏறி வந்தது.

மூன்றாவது சீட்டு

பதினைந்து வருடங்களுக்கு முன்பு எனக்கு ஒரு மீறலாக அல்லாமல், இயல்பாகவே ஒழுக்கமின்மை கொண்டிருந்த ஒரு நண்பன் இருந்தான். பிரதீப் மீது எனக்கு கவர்ச்சி ஏற்பட முக்கியமான காரணம் உடலசைவுகளில், உடைகளில், பேச்சில், உச்சரிப்பில் முழுக்க எப்போதுமே வெளிப்பட்டபடியே இருக்கும் அலட்சியம். அது ஒருவரிடம் குடியேற வேண்டுமென்றால், அசட்டுத்தனமாக ஆகாமலிருக்க வேண்டுமென்றால், கட்டாயம் இருந்தாக வேண்டிய அசாதாரணமாக அறிவுக்கூர்மை அவனிடமும் உண்டு. அதன் மறுபக்கமான நகைச்சுவையும். ஆகவே எனக்கு பிரதீப்புடன் ஒவ்வொரு நிமிடமும் உற்சாகமானதாக இருந்தது.

இலக்கியப் படைப்புகளை மிகுந்த ஆர்வத்துடன் படிப்பான். கேரளத்தில் தொழிற்சங்கங்களில், அரசு அலுவலகங்களில், அரசியல் கட்சி கட்டடங்களில் எல்லாம் நூலகங்கள் இருக்கும். அனைத்திலும் அவன் உறுப்பினர். அவனது அறையில் ஒரு கட்டில் முழுக்க புத்தகங்கள் நிரம்பியிருக்கும். அந்நாட்களில் முக்கிய எழுத்தாளர்களை எனக்கு அறிமுகம் செய்தது மட்டுமல்ல, எப்படிப் படிப்பது என்று காட்டியதும் அவன்தான். புத்தகங்களை வருடவோ மடிக்கவோ மாட்டான். அவன் விரல்கள் பக்கங்களை அளையும். கையிலெடுத்த மறுகணமே படிக்க ஆரம்பித்துவிடுவான். சலிப்பூட்டும் நூலை உடனே தூக்கி வீசுவான். அடிபட்ட பறவை போல அது சிறகு பரப்பி தரையில் விழும். பலசமயம் அவன் புத்தகங்களை சும்மா புரட்டி திருப்பிக் கொடுத்துவிடுதாகத் தோன்றும். ஆனால் மிகக் கூர்மையாகப் படித்து வேண்டியவற்றை கிரகித்துக்கொண்டிருப்பது அரட்டையில் வெளிப்படும். என் அனுபவத்தில் நல்ல வாசகர்கள் ஒருபோதும் நூலின் பொதுத்

தகவல்களைச் சொல்லிக்கொண்டிருப்பதில்லை. சாராம்சத்தையும் அந்நூல் வழியாக தாங்கள் சென்றடைந்த இடங்களையும் பற்றி மட்டுமே சொல்வார்கள். ஒரு நூல் குறித்து இரு முறை பேசினால் இரு கோணங்களும் இருவகைச் சொற்றொடர்களும்தான் வெளிப்படும்.

ஆனால் என்னை வியக்கச் செய்தது பிரதீப்புக்கு இலக்கியம் மீதோ, இலக்கியவாதிகள் மீதோ பெரிய மதிப்பு இல்லை என்பதே. எந்த இலக்கியப் படைப்பையும் எளிதாகப் பிரித்துப் போட்டு அதன் முக்கிய குறைபாடைக் கண்டடைந்து, அதைக் கிண்டலாக வெளிப்படுத்துவது அவன் பாணி. அப்போது மிகப் பிரபலமாக பேசப்பட்ட சுகுமார் அழிக்கோடு என்பவரின் உபநிடத விமரிசன நூல் பற்றித் தன் கருத்தைச் சொன்னான்: "ஆங்கிலத்திலே மொழிபெயர்க்க மிகவும் எளிய நூல்." "ஏன்?" என்றேன். "பட்டாபி ராமய்யாவின் ஆங்கில நூலை அப்படியே பார்த்து பிரதியெடுத்தால் போதுமே." எழுத்தாளர்களின் தனிப்பட்ட நடையிலேயே சகஜமாக பேசிக் காண்பிப்பான். எம்.டி. வாசுதேவன் நாயரின் உணர்ச்சிகரமான நடையில் ஊதிய உயர்வு ஒப்பந்த நகலை ஒப்பிக்கும்போது நாங்கள் சிரித்து தளர்ந்து விழுவோம். "எல்லாம் மூன்று சீட்டு ஆட்டக்காரனின் விரல் பயிற்சிதான். வேறு என்ன?" என்பான். நான் கோபம் கொண்டு "அப்படியானால் இலக்கியத்தில் வாழ்க்கை இல்லை என்கிறாயா?" என்பேன். "உண்டு. ஆனால் அது மூன்று சீட்டுக்களாக மாற்றப்பட்டிருக்கிறது." அவனது அலட்சியம் ஆத்திரமூட்டும் போதே அவன் சொல்லாட்சிகள் கவர்வதையும் உணர முடியும். "எல்லா இலக்கியங்களும் அப்படி வாழ்க்கையைக் குறுக்கிக் கொள்கின்றன என்று எப்படிச் சொல்கிறாய்?" குறுக்கு கின்றன என்று நான் எப்போது சொன்னேன்? சொல்லப்போனால் விரிவாக்குகின்றன. வாழ்க்கையில் இருப்பது உண்மையில் இரண்டே சீட்டுதான். காமம், வன்முறை. மூன்றாவது சீட்டு இலக்கியவாதிகளின் கற்பனை." அவன் சொல்லப் போவதென்ன என்று என் மனம் அறிந்திருந்தபோதிலும் மெல்லிய குரலில் "என்ன அது?" என்றேன். "ஆன்மிகம்" என்று சிரித்தான். "அறம், கருணை, நீதியுணர்வு என்று அந்தச் சீட்டில் ஏராளமான முத்திரைகள்..." அந்தக் கணத்தில் பிரதீப் மீது வெறுப்பு வரும். ஆனால் அது அவன் மீது மட்டுமான வெறுப்பு அல்ல.

அவனுக்குப் பெண்கள் மீதும் மதிப்பில்லை. கவர்ச்சி மட்டும்தான். "பெண்கள் மிக முக்கியமானவர்கள், ஏனென்றால் அவர்கள் எதிர் பாலினம்." அவர்களிடம் மிக சமத்காரமாகப் பேசுவான். அவனிடம் பேசும் பெண்களை தூரத்தில் நின்று கவனிப்பேன். அவர்கள் கண்களில் இலை நுனி நீர்த்துளிபோல ஒளி சுடர்விடும். முகம் சிரித்து சிவந்திருக்கும். கைகள் தலைமயிரை ஒதுக்கும். புடவையை நீவி விடும். கழுத்துச் செயினை நெருடும். பேனாவை உருட்டும். "இப்போது நீ விமலாவிடம் என்ன பேசினாய்?" என்று அவன் திரும்பும்போது நான் படபடப்புடன் கேட்பேன். "அவள் சிரித்ததைப் பார்த்தாயல்லவா? அவளுடைய ரூம்மேட் எவ்வளவு அவலட்சணமாக இருக்கிறாள் என்றுதான்." "போடா. உண்மையைச் சொல்..." "நிஜம்தான். இப்படித்தான் என்னைப் பற்றியும் சொல்வீர்கள் என்று கொஞ்சினாள். உன்னைப் பற்றி அவளிடம் என்ன சொன்னேன் என்று கேட்டுப் பார் என்றேன். என்ன என்ன என்று கேட்டாள். கொஞ்சம் பிகு பண்ணிவிட்டு ஒரு அதிபயங்கர புகழ்ச்சியை எடுத்து விட்டேன்... அவ்வளவுதான், பெண்கள் மொத்தமே மூன்று சர்க்யூட் மட்டுமே கொண்ட மின்னணுக் கருவிகள்" என்பான்.

"உனக்கு ஒத்து வருவாளா?" என்றேன், உதாசீனமாகக் கேட்கும் பாவனையில். "அந்த அளவு ஈஸி இல்லைடா. பேச்சளவில் ஒரு பத்து சதவீதம் வேண்டுமானால் கற்பை விட்டுக் கொடுக்கலாம்னு ஒரு கொள்கை முடிவோட இருக்கிற டைப். அதனால் எல்லாரிடமும் நன்றாகப் பேசிப் பழகிக்கொண்டிருக்கிறாள். சட்டென்று விழுவ தெல்லாம் பேசத் தெரியாமல் தாழ்வுணர்ச்சியோடு கடுகடுவென்று இருக்கும் பார் அந்த டைப்தான்..." அவனது குழூக்குறியில் சிரமப் பட்டு அடையவேண்டிய பெண் கிளாசிக். எளிதானவள். பேப்பர் பேக். "இவள் மேஜர் கிளாசிக் மகனே" என்றான் ஓர் அழகியை. "தொட்டுப் பார்க்கலாம். உள்ளே போக முடியாது... சலிப்பாகி விடும்." அவனுக்கு எப்போதுமே பல காதலிகள். பல வயது களில் பல சமூகப் படிநிலைகளில். அதற்கு மேல் இடைவிடாது விபச்சாரம். எம்.ஜி.சாலையை நாங்கள் தாண்ட முற்படுகையில் ஒரு ஆட்டோ குறுக்கே சென்றது. கணத்தில் அதனுள்ளே கவனித்து, பின்னால் சற்று ஓடி, உள்ளே தலையிட்டு பேசி, என்னிடம் திரும்பி, "ஜெ, நீ ரூமுக்கு போ. நான் வர காலை ஆகிவிடும்" என்றான். நான் குழம்ப அந்த ஆட்டோவில் இருந்த தொழிலினியிடம் பேசி முடித்துவிட்டதாகச் சொன்னான். நான் ஓரக்கண்ணால்

பார்த்தபோது சாதாரணமான ஒரு பெண் கையில் ஒயர் கூடையுடன் அமர்ந்திருந்தாள். "எப்படிடா அத்தனை வேகத்தில் கூட கண்டு பிடிக்கிறாய்?" என்றேன். "இதென்ன கேள்வி? மாம்பழத்துக்கும் ஆப்பிளுக்கும் வித்தியாசம் கண்டுபிடிக்க உனக்கு எத்தனை நேரம் ஆகும்? அது மாதிரித் தான்."

பிறரைப்போல தனது பழக்கங்களை நண்பர் மீது ஏற்றும் வழக்கமும் அவனிடம் இல்லை. குடிப்பான். கஞ்சா அடிப்பான். பீடா போடுவான். ஆனால் அவற்றில் மூழ்கிவிடுவதுமில்லை. ஒரே ஒரு முறை என்னிடம், "நான் வற்புறுத்தவில்லை; கூட வர விரும்பினால் வா" என்றான். நான் கோபத்துடன் மறுக்க, "சரி சரி விடு. உன் பாக்கெட்டிலிருந்து நூறு ரூபாய் எடுத்துக் கொண்டேன். தேடாதே என்ன" என்று போனான். அன்றிரவு "நம்முடைய நாட்டில் காமம் அளவுக்கு பஞ்சமான விஷயம் வேறு ஏதுமில்லை. இப்போது உனக்கு எதிர்பார்ப்பிலேயே நிறைவிருக்கிறது. ஆனால் நாற்பது வயதில் தவிப்பாய்" என்றான். நான் போர்வையை இழுத்து மூடிக்கொண்டேன். அவனுடைய சிகரெட் சிவப்பொளி போர்வை வழியாகத் தெரிந்தது. "எல்லாரும் போகவேண்டிய பொதுவான பாதை என்று ஒன்றும் இல்லை. அதனால் நான் யாருக்கும் வழி காட்டுவதில்லை" என்றான். "ஆனால் என் அனுபவத்தில் அறிந்ததை சொல்கிறேன். நம்முடைய ஒழுக்கத்தையும் தேர்வுகளையும் நாம்தான் தீர்மானிக்கவேண்டும். நாம் அதற்கு முழுப் பொறுப்பேற்கவும் வேண்டும். இல்லாவிட்டால் பிறகு வருந்தாமலிருக்க முடியாது."

நான் போர்வையை தழைத்து "என் வழியை நான் தீர்மானித்து விட்டேன்" என்றேன். என் அப்பா என்னை பயோனியர் குமார சாமிக் கல்லூரியில் சேர்த்த நாளில் சொன்னவற்றைப் பற்றிக் கூறினேன். திரும்பி வரும்போது அவர் வழிமாறி ஒரு மாமரத் தடியில் நின்று வெற்றிலை போட ஆரம்பித்தார். நான் அருகே பையுடன் காத்து நின்றேன். சட்டென்று தனக்குத்தானே பேசிக் கொள்பவர் போல ஆரம்பித்தார். அவர் என்னிடம் நேரடியாக பேசிய ஒரே ஒரு சந்தர்ப்பம் அதுதான். என் குணத்துக்கு நான் எந்தப் பழக்கத்தையும் தொடங்கக் கூடாது. தொடங்கினால் அதிலேயே கண்மண் தெரியாமல் ஈடுபட்டு அழிந்துவிடுவேன். என்னால் எதையும் கட்டுப்படுத்த முடியாது என்றார் அவர். ஒருபோதும் வணிகத்தில் ஈடுபடக் கூடாது, ஏனென்றால்

நான் அவசரக்காரன். நல்ல நண்பர்களை வைத்துக் கொள்ள வேண்டும். ஏனெனில் என் அகங்காரம் காரணமாக பலர் என்னை வெறுக்கக்கூடும். ஒரு மனிதனுக்கு ஒரு பெண் போதும் என்று மாமரத்தைப் பார்த்து சொல்லி, ''ஒழுக்கமா இருந்தால் தான் சினேகிக்க முடியும். இதிலே சினேகம் அல்லாமல் மத்தபடி ஒண்ணும் பெரிசா இல்லை. சதையில் என்ன? சினேகிச்சா எல்லாம் பெரிய விஷயமாயிடும். செரி, அப்புறம் உன் இஷ்டம்'' என்றார். நான் சொல்லிழந்து நின்றேன். ''என் அப்பா அளவுக்கு என்னை புரிந்துகொண்ட யாரும் இந்த உலகில் இல்லை. அவர் என்னிடம் ஒரு வார்த்தைகூட பேசி நான் அறிந்தது இல்லை. ஏதாவது சொல்லவேண்டுமென்றால் நான் கேட்க அம்மாவிடம் தான் சொல்வார். ஆனால் என்னை இருபது வருடம் நுட்பமாக கவனித்து வந்திருக்கிறார்'' என்றேன்.

நான் எதிர்பார்த்ததற்கு மாறாக பிரதீப் சிரிக்கவில்லை. ''ஒவ்வொருத்தருக்கும் ஒரு உண்மை. உனக்கு எது வசதியாகப் பட்டதோ அதுதான் உன்னுடைய உண்மை'' என்று எளிதாகச் சொல்லிவிட்டான். ''அவருக்கு உன் மேல் உக்கிரமான பிரியம். அதற்கு அவரே பயப்பட்டார். அதனால்தான் உன்னிடம் அந்த பிரியத்தைக் காட்டவே இல்லை. தன்னிடமிருந்துகூட மறைத்திருப்பார்.'' இரவின் கிரீச்சிடலைக் கேட்டபடி சற்று நேரம் படுத்திருந்தோம். அவன் ''உனக்கென்னடா, பேனா இருந்தால் எல்லா இடைவெளியையும் நிரப்பிவிடலாம். எல்லாவற்றையும் பிரியமானதாக மாற்றிவிடலாம்'' என்றான்.

''நீயும் அப்படி ஏதாவது செய்யேன்'' என்றேன்.

''எனக்கு எதிலும் நிலைத்து நிற்க முடியாது. கடவுள் என்பவர் சரியான போர் என்று நினைக்கிறேன். வயதான ஒரு பாதிரி மாதிரி கற்பனை செய்து வைத்திருக்கிறேன். என்ன மாதிரி பரம போரா இந்த உலகத்தைப் படைத்திருக்கிறான் பார். என்ன தான் செய்தாலும் செத்துக் குளிர்ந்த உடல் மாதிரி நேரம் மிச்சம் கிடக்கிறது.''

அபாரமான மனத்திறமை கொண்டவர்களுக்கு அதை முழுக்கப் பயன்படுத்தும்படி ஊடகம் ஒன்றும் அமைந்தாக வேண்டும். இல்லாவிட்டால் அன்றாட வாழ்க்கை மீது கொள்ளும் அலுப்பே அவர்களை அபாயகரமானவர்களாக ஆக்கிவிடும். பிரதீப் என்

மனம் நகரும் எல்லைகளுக்கு அப்பால் சஞ்சரிப்பவன். ஆகவே என் ரசனைகளை, என் நம்பிக்கைகளை தினம்தோறும் உடைத்த படியே இருந்தான். என்னை ஒரு கணம்கூட நிற்காமல் முன்னகரச் செய்தான். ஆனாலும் அவனை விட்டு நான் விலக நேர்ந்தது.

நானும் அவனும் சாலையில் நடந்து கொண்டிருந்தோம். எதிரே அழகான இளம்பெண் வந்தாள். அவள் தாண்டிச் சென்றதும் பிரதீப் புன்னகைத்தான். பிறகு தனக்குத்தானே சிரித்தான். "என்ன?" என்றேன். "அந்தப் பெண் இன்றிரவு தூங்க மாட்டாள்" என்றான். எனக்குப் புரியவில்லை. "அவளுக்கு ஓங்கி ஒரு உதை விட்டேனே, நீ பார்க்கவில்லையா?" நான் அதிர்ந்தேன்.

அவளுடைய ஒரு கை போலியோ பாதித்து வளர்ச்சியிழந்தது. அதை அவள் சுரிதாரின் துப்பட்டாவால் மூடி, அக்கையில் ஒரு பெரிய கனமற்ற பாலித்தீன் பையையும் பிடித்து, மிகத் தந்திரமாக மறைத்திருந்தாள். கவனத்தை வேறு திசையில் கவரும் பொருட்டு மிகவும் அலங்காரம் செய்து, ஆடம்பரமாக உடையும் அணிந்திருந்தாள். ஆனால் பிரதீப் அவள் தோள்களின் அசைவில் இருந்த வேறுபாடு மூலமே அவள் கையைக் கவனித்துவிட்டான். அவளுடைய அந்தக் கைமேலேயே தன் பார்வையைப் பதித்தபடி அவளைக் கடந்து வந்தான். அவளது பதறிய பார்வை அவன் கண்களைச் சந்தித்தபோது ஏளனம் தெரிய உதட்டைச் சற்று கோணினான். "அவள் உடம்பு அப்படியே கரண்ட் அடித்தது மாதிரி விறைத்துப் போய்விட்டது. இனிமேல் ஒரு வாரம் அவளுக்கு தூக்கமிருக்காது" என்று சொல்லி உரக்கச் சிரிக்க ஆரம்பித்தான். நான் என் தொடைகள் நடுங்குவதை உணர்ந்தேன்.

வீடு மாறி, பிரதீப்பை முற்றாகத் தவிர்த்து பல வாரங்களுக்குப் பிறகு அவன் என்னை சாலையில் பிடித்துக்கொண்டான். "என்ன விஷயம் சொல். என்னைப் பற்றி உனக்கு எல்லாம் தெரியும். இப்போது என்ன வந்தது புதிதாக?"

நான் தயங்கி, பின்பு பிரதீப்பிடம் எதையும் வெளிப்படை யாகப் பேச முடியுமென நினைவுகூர்ந்தேன். "நான் அத்துமீறிய காமத்தைக்கூட பாவமாக நினைக்கவில்லை. ஆனால் அத்துமீற ஆரம்பித்துவிட்டால் எல்லா எல்லைகளையும் சேர்த்து தான் மீற முடியும் என்று இப்போது தோன்றுகிறது. ஒழுக்கம், கருணை, நியாயம் எல்லாம் ஒன்றுக்கொன்று சம்பந்தப்பட்டவைதான்...."

“நான் உனக்கு உன்னுடைய மறுபாதிதானே? நீ போக முடியாத இடத்துக்கெல்லாம் போகிறவன்.... இல்லை என்று சொல் பாக்கலாம்” என்றான் அவன்.

“ஆமாம். அதனால் உன் தவறுகளில் எனக்கும் ஒரு பங்கு உண்டு. அதுதான் என் பயமே.”

“இப்போது உனக்கு என்ன பிரச்சினை?” என்று சற்று கோப மாகக் கேட்டான்.

“அப்பா சொன்னதுபோல, என்னால நேசிக்க முடியாமல் போயிடும் என்று பயமாக இருக்கிறது பிரதீப், அவ்வளவுதான்.”

“சரி” என்று சொல்லிவிட்டு திரும்பிப் பார்க்காமல் போய் விட்டான். மேலும் நிறைய பேசவேண்டுமென்று நினைத்தேன். பிரதீப், நீ பணத்தை மட்டுமல்ல வாழ்க்கையின் சாராம்சமான பலவற்றையும் அள்ளி வீசித்தான் இதையெல்லாம் அடைகிறாய். நீ உன்னையே சிறுமைப்படுத்திக் கொள்கிறாய். இந்தப் பாதையில் உனக்கு உண்மையிலேயே பிரியமானவை எல்லாமே உன்னிடமிருந்து உதிர்கின்றன... மூன்றாவது சீட்டு கற்பனையாக இருக்கலாம். ஆனால் அது இல்லாவிட்டால் மற்ற இரண்டு சீட்டுகளுமே அர்த்தமிழந்து கொடூரமாகிவிடும்...

இன்று அவனை எண்ணிப் பார்க்கையில் கசப்பு மேலும் கனம் பெறுகிறது. இளமையில் என்னைக் கவர்ந்த அவனது நுண்ண றிவும் உயிர்த்துடிப்பும் இப்போது அக்கசப்பை வளர்க்கவே செய்கின்றன. இப்பதினைந்து வருடங்களில் பாவத்தின் அளவுக்கு அழகான, தர்க்கபூர்வமான, உத்வேகமான, பிரம்மாண்டமான இன்னொன்று இல்லை என்பதையே வாழ்வின் முக்கியப் பாடல் களில் ஒன்றாகக் கற்றிருக்கிறேன்.

யோகி

என் இலக்கிய வட்டாரத்தில் இப்போது பரவலாகப் புகழ்பெற்று விட்டபோதிலும் குட்டப்பனின் முகத்தில், 'நான் ஒரு பாவம் நாட்டு நாய்தானே' என்ற தோரணைதான். ஆற்றூர் ரவிவர்மா அவனைக் கூர்ந்து பார்த்த பிறகு, "அவனுடைய வால் நன்றாக இருக்கிறது. அதை அவன் முடிந்தவரை பயன்படுத்தவும் செய்கிறான்" என்றார்.

குட்டப்பன் (அல்லது குட்டன் அல்லது குட்டப்பட்டி அல்லது குட்டோவ்ஸ்கி) பொதுவாக சாந்த சொரூபி. மெல்லியலான். (மென்குரலானல்ல) தன் வம்சத்துக்கு மனிதனைக் கடிக்க உரிமையுண்டு என்ற விஷயம் அவனுக்கு இன்னமும் தெரியாது. அல்லது அதெல்லாம் குலமகிமை உள்ளவர்களின் சமாசாரம், நமக்கென்ன என்று தனக்கேயுரிய எளிமையுடன் எண்ணிக் கொண்டதாகவும் இருக்க வாய்ப்புண்டு.

குடும்பத்தலைவன், வண்டி, நாய் இம்மூன்றும் சாரதா நகர் பெண்களுக்கெல்லாம் உண்டு. அருண்மொழிக்கும் ஆசை வந்த தில் ஆச்சரியமில்லை. தினமும் புதிய வகை நாய்களைப் பற்றி யுள்ள தகவல்களுடன் அருண்மொழி ஆபீஸிலிருந்து வந்தாள். டாஷ்கண்ட், டாபர்மான், சேஷன், டால்மேஷன், ஜெர்மன் ஷெப்பர்ட் (கடைசியாக சொன்னதை கான்வெண்டுகளில் வளர்ப் பார்களா என்ன?) "டீச்சர் வீட்டு நாய், அவங்க ஆபீஸ் விட்டுப் போனதுமே ஓடி வந்து செருப்பை எடுத்து அழகா, ஓரமா போட்டு டுமாம் ஜெயன்..."

"அதெல்லாம் ரொம்ப கூடின வம்சம் அருணா. அதுக்கெல்லாம் ஒரு நாள் கூட விடாம சேவை செஞ்சுட்டே இருக்கணும். முடி சீவணும். ரெண்டு வேளை நடக்கக் கூட்டிட்டுப் போணும்; ஆயி உக்கார வைக்கணும். பேப்பர் வாசிச்சுக் காட்டணும்.

வாழ்விலே ஒரு முறை ❋ 89

அதெல்லாம் நமக்குச் சரிப்படுமா? நமக்கு நம்மை மாதிரியே ஒரு நாட்டு நாய் போறாதா?'' ஆனால், அருண்மொழிக்கு ஒரு நாட்டு நாயின் உரிமையாளராக இருப்பதைப் பற்றிச் சிந்திப்பதே பயங்க ரமாக இருந்தது.

''நமக்கு இப்போதைக்கு ஒரு நாட்டு நாய் போறும். வளர்க்கறது எப்டீன்னு ஒரு பிராக்டீஸ் வரட்டும். அப்புறமா உண்மையான நாய் வளக்கலாம்...'' என்று சொல்லி சமாதானப்படுத்தி ஒரு நாட்டு நாயை நூறு ரூபாய்க்கு வாங்கினேன். குரோட்டன்ஸ் இலை மாதிரி விரிந்த காதுகள், கூர்மையான முகம், தேங்காய் நாரின் நிறம், சோற்றைக் கண்டால் பாய்ந்து போய் பூரண அத்வைத நிலை அடையும் குணம். அருண்மொழி ''சனியனைப் பார்த்தாலே பத்திக்கிட்டு வருது. மூஞ்சியைப் பாரு மூஞ்சூறு மாதிரி...'' என்றாள். ஆனால், மூன்றாம் நாளே அது மடியில் படுத்துத் தூங்க தாலாட்டுப் பாடுவதைக் கேட்டேன். ''அழகிய கண்ணே, உறவுகள் நீயே...''

வீட்டின் முழு இடத்தையும் நக்கிப் பார்த்து, இவ்வளவுதான் உலகம் என்று அளந்து மதிப்பிட்டு, ஒரு தெளிவை அடைந்த பின்பு குட்டப்பனின் குரல் மேலெழ ஆரம்பித்தது. ''யாரடா அவன் வாசலிலே போறது? வாலத் தாழ்த்திட்டுப் போடா சோமாறி.'' புதிய பொருட்களில் பயங்கரமான ஆர்வம். பாத்திரம் தேய்க்கும் நாரில் மீன் மணமறிந்து அதை பரவசத்துடன் அவன் விழுங்கியபோது நான் கலவரப்பட்டுப் போனேன். ஒன்றும் நிகழவில்லை. காலை வேளையில் சில 'ஜாள்... ஜாள்' கத்தல் களைத் தவிர. ''பாத்தியா, இதான் நாட்டு நாயோட மகத்துவம். இப்ப இதுவே சடைநாய்ன்னா எவ்வளவு ரூபா வேட்டு...'' ''ஆமா, மொத்தமா போனாக் கூட நூறு ரூபாய் தானேன்னு விட்டுடுவீங்க.''

மோந்து பார்க்கப்பட்ட பொருளெல்லாம் தன்னுடையது என்று குட்டப்பன் நம்பியது இயல்பே. பிடித்து இழுத்துப் பிடுங்கினால் கோபத்துடன் உறுமுவதும், பின்னால் வந்து வள் வள் என்று அதட்டுவதும் உண்டு. வீட்டுக்கு விருந்தாளிகள் வந்தால் நட்சத்திர ஓட்டல் வெயிட்டரின் பவ்யத்துடன் பின்னால் வந்து நின்று, 'எக்ஸ்கியூஸ் மி' என்று செருப்புகளை வாங்கி, 'ஒன்றுமில்லையே' என்ற பாவனையில் ஏழெட்டு நடை எடுத்து வைத்து, வாலைத் தூக்கியபடி சரேலென ஓடி, மாடியில் வாட்டர்

டேங்க் மூலையில் தன் ரகசிய இடத்திற்குச் சென்றுவிடுவான். நான் பின்னால் ஓடி, செருப்புகளை குட்டனின் எதிர்ப்பைப் பொருட்படுத்தாமல் பிடுங்கி வீட்டுக்குள் கொண்டுவந்து போட்டு மன்னிப்புக் கேட்கும் குரலில் ''ஸாரி, நாட்டு நாய்...'' என்பேன். பாலசந்திரன் சுள்ளிக்காடு, ''பரவாயில்லை. நாமெல் லாம் நாட்டுமொழி எழுத்தாளர்கள்தானே!'' என்றார்.

நாயைத் தந்த போஸ்ட்மேன் முருகேசன் சொல்லியிருந்தான். 'நாட்டு நாய்க்கு அறிவு அதிகம்; ஆனால், ஒழுங்கைக் கற்பிக்க முடியாது. குட்டனின் குகையில் காணாமல் போன பல பொருட்கள் அவற்றின் வகை மாதிரிக்கு ஏற்ப தனித்தனியாக அடுக்கப்பட்டிருக்கும். சைதன்யாவின் பொம்மைகள் தனியாக, கரண்டிகள் மற்றும் மூடிகள் தனியாக. ஜட்டி, கைக்குட்டைகள் வேறு வரிசை. மனிதர்களின் ஒழுங்கு அவனுக்குப் பெரிதாகப் படவில்லை. அவ்வளவுதான்.

பல்லி, ஓணான் வேட்டையாடும் குட்டன் வீட்டுக்குள் நுழை வதை அருண்மொழி கண்டிப்பாகத் தடை செய்திருந்தமையால் அவன் வாலை மட்டும் வெளியே போட்டுப் படுத்திருப்பது வழக்கம். இலக்கிய விவாதங்களில் சற்றும் ஆர்வமில்லாமல் தலையைக் கோணி வாயை இழுத்து வரட் வரட் என்று சொறிதல், உடலின் அடிப்பகுதியை நக்குதல், பூச்சிகளை அந்தரத்திலேயே கவ்வ முற்படுதல் முதலியவற்றில் மூழ்கி இருப்பான். 'ட்ட' ஒலியுள்ள சொற்களுக்கு மட்டும் செவிகள் சற்றே திரும்பி கண்களில் கவனம் தெரியும். அறிவுக்குக் குறை இல்லை. முட்டி முட்டிச் சாப்பிடும்போது நகர்ந்துபோகும் தட்டை அது சுவரில் முட்டியதும் எதிர்த்திசைக்குப் போய் நக்கத் தெரியும். ஆனால், தினமும் வாசல் கம்பி அடியில் தலை செருகிவிட்டுக் கதறுவதும் தவறுவதில்லை.

சைதன்யா குழந்தை என குட்டனுக்குத் தெரியும். அது சைதன்யாவுக்குத் தெரியாது. ரைம் சொல்லிக் கொடுப்பது, வாலில் குஞ்சலம் கட்டுவது, கழுத்தில் பொம்மைகளைத் தொங்கவிடுவது, ஜட்டி அணிவிப்பது என என்ன செய்தாலும் ''கொழந்தைங்கதானே'' என்று குட்டன் மன்னித்து விடுவதுண்டு. தலைக்குமேல் கம்பனும் காளிதாசனும் பூச்சொரிந்து கொண்டி ருக்கும் சைதன்யா போன்ற ஒரு குழந்தையால் மட்டும் தான் பந்தை எடுத்து வீசி, கொண்டு வா என்று சுட்டிக் காட்டும்

விரலை, நக்க முயலும் குட்டனைப் போன்ற ஒருவருடன் விளை யாட முடியும்.

எனினும் குட்டப்பன் நல்ல ஒரு துணை தான். தனிமையின் கனம் கூடிக் கூடித் தலையை அழுத்தும் கணங்களில் மட்டுமே நம்மால் நாயின் மதிப்பை அறிய முடியும். சில சமயம் அருண் மொழியோ சைதன்யாவோ ஒரு புத்தகமேகூட பக்கத்திலிருப் பதைத் தாங்கிக் கொள்ள முடியாதபடி உக்கிரமான ஒரு தனிமை என் மீது படர்வதுண்டு. ஆனால் அருகே குட்டப்பன் இருந்தால் ஒன்றும் தோன்றுவதில்லை. ஒரு மரமோ செடியோ அருகே இருப்பது போல, ஓசையற்று வழியும் காற்று போல, மனிதனை நாய் நுட்பமான ஒரு புலனால் பின்தொடர்கிறது. அவனை அது தன் உடலால் பிரதிபலிக்கிறது.

குட்டனை அருகே பிடித்துச் சேர்த்து அதன் கரிய கண்களுக்குள் உற்றுப் பார்க்கும்போது பிரதிபலிப்பில்லாத கண்ணாடியைப் பார்ப்பது போலத் தோன்றும். நாய் முகத்தின் குறும்பும், ஆர்வ மும் பரபரப்பும் எல்லாமே அதன் ஈரக் கரிய மூக்கில்தான் முனை கொள்கின்றன. கண்கள் காலியாக இருக்கின்றன. எங்கும் தன் பிம்பத்தையே கண்டு பழகிய நம் ஆத்மா அக்கண்களின் வெறுமை கண்டு அதிர்ச்சி கொள்கிறது. இந்த ஜீவனின் புலன்கள் சென்று இணையும் கருவறையின் யந்திர பீடத்தில் கொலுவிருப்பது இருண்ட சூனியமா என்ன?

எழுத்தாளன் எப்போதாவதும், யோகி அடிக்கடியும் கண்ட டையும் இருள் அது. ஆழமிக்க நீரில் மூழ்கி மூழ்கிச் சென்று, கடைசி மூச்சைச் சேர்த்துக் காலால் எத்துகையில் அடி யின்மையை அறியும் கணத்தில் அனைத்துப் புலன்களையும் நிரப்பியபடி சிந்தனை மீது வந்து விழும் கனத்த கரும்பாறை போன்ற அந்த இருள். பிரிதல், இழத்தல், தனிமை எனும் அர்த்தங் களை நாள் செல்லச் செல்லப் படிப்படியாக இழந்து மனத்தின் ஆழத்தில் மறைந்துபோன ஒரு மரணம் எதிர்பாராத கணத்தில் தன் மூல வடிவில் சிந்தனைக்கு மீளும்போது நாமறியும் மாற்றுகள் இல்லாத பெரும் இருள் அது.

நாவல் எழுதுவதென்பது பல சமயம் இவ்விருளை நோக்கிய பயணம்தான். நமது அகந்தை மட்டுமே அங்கு கடைசிக் கணம் வரை துணையாக வரும். அனடோலுடன் ஓடிப் போக நடாஷா

முடிவெடுத்த கணம் தல்ஸ்தோய் மனம் விக்கித்து நின்றிருப்பார். எழுதுவதை நிறுத்திவிட்டு தலையில் கைவைத்து சில நிமிடங்கள் இருந்தேன். பிறகு கோபம் தாங்க முடியாமல் மேஜையை ஓங்கிக் குத்தியபடி கணிப்பொறியின் சேமிப்பறைகளைத் திறந்து ஒவ்வொரு அத்தியாயமாக எடுத்து அழித்தேன். மையச் செயலியைத் திறந்து எழுத்துருக்களையே அழித்தேன். 'தேடு' கருவியை இயக்கி எல்லா சொற்தடயங்களையும் அழித்தேன். முட்டாளின் புன்னகைபோல ஒரு மங்கிய ஒளியுடன் நின்றது கணிப்பொறி.

அறையைத் திறந்து வெளியே வந்தபோது இரவு முதிர்ந்துவிட்டிருந்தது. காற்றில் தென்னைகள் சலசலத்தன. பக்கத்துத் தோட்டத்தின் ஈஞ்சைமரம் சீறியது. காத்து நின்றவனைப்போல குட்டன் எழுந்து சடசடவென காதுகள் அடிக்க, தலையைக் குடைந்த பிறகு வாலை ஒரு முறை மட்டும் அசைத்தபடி பின்னால் வந்தான். மொட்டைமாடி ஏறியபோது வானம் முழுக்க ஜொலித்துக்கொண்டிருந்த நட்சத்திரங்களைக் கண்டேன். கயிற்றுக் கட்டிலில் மல்லாந்து படுத்துக்கொண்டேன். எனக்கும் நட்சத்திரங்களுக்கும் நடுவே குளிர்ந்த காற்று பெருகிச் சென்றது.

முடிவற்ற இந்த அராஜக வெளி நமது மூளையையும் அப்படியே மாற்றிவிடுகிறது. நாமறிந்ததெல்லாமே மூளையின் ஒரு சிறு மூலையில் குறுகி, ஒடுங்க, கோடி கோடி காலி நியூரான்கள் வெறுமையின் கனமின்மையை உள்வாங்கிப் பிய்ந்து பறந்தெழத் துடிக்கின்றன.

அதனால்தான் நாம் நட்சத்திரங்களைக் கொண்டு வடிவங்கள் சமைத்துக்கொள்கிறோம். எத்தனை லட்சம் எத்தனை கோடி. எண்ணிக்கை என்ற அசட்டுத்தனம்! முடிவின்மையில் இருக்கும் ஒவ்வொன்றும் முடிவற்றதே. முடிவற்ற ஒன்றுக்கு ஏதேனும் பொருள் இருக்க முடியுமா?

அச்சமூட்டிய அபத்தமான சிந்தனைகளைத் திருப்பிப் போடும் பொருட்டு சற்று ஒருக்களித்தபோது அருகே குட்டப்பன் இருப்பதைக் கண்டேன். கண்கள் இளம்பச்சை (நீலமா?) நிறத்தில் மின்ன, தலையை கம்பீரமாகத் தூக்கி வானத்தையே பார்த்தபடி. அசைவின்றி அமர்ந்திருந்தது. ஒரு நாய் (நாட்டு நாய்!) வானத்தை இப்படி உற்றுப் பார்க்கும் என நான் கற்பனைகூடச் செய்ததில்லை. நடு

நடுவே ஏதோ அறியா ஒலிக்குக் கூர்வது போல செவிநுனி மட்டும் சற்று அசைந்துகொண்டிருந்தது.

மீண்டும் நாவலை எண்ணிக்கொண்டேன். சொற்களை வாரி அடுக்கி வடிவங்கள் சமைக்கிறேன். பசி கொண்ட நாக்குகளாலான அலைகடலின் கரையில், சிறந்த நாவலை நாம் எழுதக்கூடாது. பிறகு நம்ப ஏதுமிருக்காது. ஜேம்ஸ் ஜாய்ஸ் இறந்தார். ரொம்ப நல்ல விஷயம். இறந்தவர்கள் நட்சத்திரங்களாகிறார்கள் என்ற நம்பிக்கை பெரும்பாலான ஆதிவாசிகளிடம் உண்டு. ஏன்? ஜாய்ஸ் பதை பதைத்தலையும் ஒரு மின்மினியானார். தல்ஸ்தோய் விலகி நின்று சுடரும் ஒரு மாற்றமில்லா துருவ நட்சத்திரம்...

குட்டனின் எரியும் கண்களைப் பார்த்தேன். தஸ்தயேவ்ஸ்கி ஒரு மிருக விழியாக மாறியிருப்பார். தொலை தூர வாசனை பெற்று அமைதியிழந்த ஒரு ஸ்டெப்பி ஓநாய். இந்த குட்டனின் கண்கள் எவருடைய ஆத்மாக்கள்? இருண்ட நட்சத்திர வெளிக்கு அப்பாலிருந்த எந்த ஒளி இவன் கண்களில் பிரதிபலிக்கிறது? நான் காணும் இவ்விருளுக்கு அப்பால் ஒளியாலான ஒரு வெளி உண்டா என்ன?

பைத்தியக்காரத்தனம்! கற்பனாவாத மனஎழுச்சிக்கு நவீன இலக்கி யத்தில் இடமேயில்லை. மண்ணில் நின்றபடி சிந்திக்க லாம். அவன் காண்பது என்ன? சிந்தனையாகவோ படிமங்களா கவோ மாறாத வெறும் காட்சி வெளி. அது எப்படியிருக்கும்? என் மூன்று வயதில் அப்பா தேங்காய்ப் பட்டினம் கடல் பார்க்கக் கூட்டிக்கொண்டு சென்றார். அந்தப் பெருவியப்பின் முதல் கணம் மட்டும் முடிவின்றி நீண்டு உருவான ஒரு மகா காலம். ஆமாம், அது தான். ஆனால்... மூச்சு விட முடியவில்லை.

ஒருவகையில் பார்த்தால் அத்தனை பெரிய வானத்தைப் பார்க்காமல் இருப்பதே நல்லது. அறிவற்ற மிருகங்கள், வெறும் நாட்டு நாய்கள் மட்டுமே அம்மாதிரி ஒரு பிரமாண்டத்தைத் தாங்க முடியும்.

லாவா

திருவண்ணாமலைக் கோயில் வாசலில் சித்திர வியாபாரி பரப்பிய தசை தெறித்த புரூஸ் லீக்கும் கோணலாக நிற்கும் ரஜினி காந்திற்கும் நடுவே ஒரு முறை சிவலிங்கத்தின் தலையிலிருந்து கங்கை சீறிப் பாயும் படத்தைக் காண நேர்ந்தபோது குளிர்ந்த கரிய பாறைகளின் மீதிருந்து வெண் நுரைத்து வழியும் குற்றாலம் நினைவிற்கு வந்தது. பாறைகளுக்கு கன்னம் சேர்க்கத் தூண்டும் அந்தக் குளுமை எங்கிருந்து வருகிறது? தருமபுரி மாவட்டத்தில் தீர்த்தமலை கோயிலைச் சுற்றி உலோக மெருகுள்ள பாறைகள் வெயிலில் உலையிரும்பு போல அனல் கக்கி பிளந்து பிளந்து நிற்கும் போது மலையின் மடியில் அமர்ந்த கோயிலின் பள்ளமான கருவறை இருளில் சிவலிங்கத்தின் மீதிருந்து குளிர் வெளியே கசிந்து பரவுகிறது. பாறைகளின் ஆழத்தில் குடிகொள்ளும் குளிர்ந்த ஊற்றுமுகத்தின் மீது அது நிறுவப்பட்டுள்ளது என்றார் நண்பர்.

குற்றாலத்தின் பாறைகளுக்கு உள்ளேயும் குளிர்ந்த ஊற்றுகள் இருக்கக்கூடும். பல இடங்களில் கரிய தோல் பரப்பில் மதம் கசிவது தெரியும். வெகுநேரம் கூர்ந்து பார்க்கையில் தோல்வரி களுக்கும் சதை மடிப்புகளுக்கும் இடையேயும் ஆழத்து ஊற்றுச் சுழிபோல மின்னும் மிருக விழிகள் திறக்கும். வெள்ளி நெற்றிப் பட்டம் மெல்ல நெளிகையில் காற்றின் மறுகுரலாக கனத்த பிளிறலும் கேட்கும்.

லாவா உறைந்து உருவான புராதனப் பாறைகளினாலானது குற்றாலமலை. தமிழகத்தின் பெரும்பாலான பாறைகள் லாவா வின் அலைகளால் எழுதப்பட்ட பாதாளத்தின் உக்கிரத்தை இப்போதும் பதித்து வைத்திருப்பவை. திருவண்ணாமலையின் மலை ஒற்றைப் பெரும்பாறை, மண்ணிலிருந்து விண் நோக்கி எழுந்த நெருப்புத் தூணின் அடிக்கூம்பு அது. மாலும் மயனும்

அதன் அடிமுடி தேடி நிலையழிந்தனர். இன்றும் இந்தக் கரிய குளிர்ந்த பாறைகளின் அடியில் வெகு ஆழத்தில் லாவா கொதித்துக் கொண்டிருக்கக் கூடும். கவனமின்றித் திரும்பு கையில் நுரைத்தும் தளும்பியும் சிதறிப் பொழியும் அருவி புகை யுமிழும் லாவா வென பிரமை கூட்டுகிறது.

கல்மீது நீர் கொள்ளும் காதலுக்கு ஓய்வறியாத உற்சாகத் ததும்பல் உண்டு... மீண்டும் மீண்டும் குற்றாலத்துக்கு வருகிறேன். நற்பருவ காலத்தில் தோள் மீது தோள் மோதி நெரிக்கும் கும்பலில் ஒருவனாக. தசைகளில் வழுக்கியும் பிதுங்கியும் முன்னேறி, மலை யின் முந்தானை நுனியைப் பற்றிவிட முயல்வேன். திருப்பதி மூலஸ்தானத்தை நோக்கி நெருங்கும் பக்தன்போல தோள்குறுக்கி முகம் திவலைகளில் பரவசம் கொண்டு சிரிக்க, அருகே செல் கிறேன். உடல்கள் மீது தெறித்துச் சிதறும் நீர்ச்சில்லுகள் முதலில். பிறகு முகத்தில் கைக் குழந்தையின் உதைபோல அருவியின் தாக்குதல். பிறகு வெண்ணிற துதிக்கை நீண்டு வந்து சுற்றி தூக்கி வேறு ஒரு இடத்துக்குக் கொண்டு செல்கிறது. அருகே ஆயிரக் கணக்கானவர்கள் இருக்கையிலும் நாம் தனிமை கொள்கிறோம். ஆயிரம் நாக்குகள் ஒலிக்கும்போதும் ஓயாத ஒற்றைச் சொல்லையே கேட்டுக்கொண்டிருக்கிறோம்.

தனிமையில் காணும் அருவி பிறிதொன்று. செப்டம்பரில் கூட்டமில்லாதபோது வந்து, இரவு பன்னிரண்டு மணிக்குப் பிறகு, சோப்புத் தாள்களையும் ஷாம்பூ உறைகளையும் உடைந்த மதுப்புட்டிகளையும் எண்ணெய் மணத்தையும் மிச்சம் வைத்து கடைசிக் குளியரும் போகும் வரை காத்திருந்தபடி, உடல் முழுக்க கரிசலாங்கண்ணி எண்ணெய் தேய்த்து உருவி தயாரெடுத்து, அருவியை கிளர்ச்சியும் தயக்கமுமாக பார்த்து நிற்கும்போது அதன் ஓசை மெல்ல அதிகரித்தபடியே வருவதுபோலத் தோன்றும். அதிலிருந்து குளிர்ந்த புகை மெல்லிய சல்லா போல உடலைத் தழுவி புல்லரிக்கச் செய்யும். அங்கே நெருங்கி நிற்கும் போது வெண்ணிறத் திரைச்சீலை போட்ட வாசல் கொண்ட அறையாகும் அது. தயக்கத்தை அறுத்து சிந்தையற்ற கணத்தில் சட்டென்று பாய்ந்து உள்ளே புகுந்து கொள்ளும்போது பின்னால் வாசல் மூடி ஆழ்ந்த குளிர்ந்த தனிமையில் ஓங்கார ரூபியாகிய பெருமௌனத்தைக் காண்பேன். உடைகளை முழுக்கக் களைந்து வீசி விட்டு முழுமையாகச் சமர்ப்பணம் செய்வேன்.

ஏழு அருவிகள் குற்றாலத்தில். ஒவ்வொன்றுக்கும் ஒவ்வொரு ஒலி, தொடுகை. மயிற்பீலியால் அடிக்கும் பெரிய அருவி. பழைய குற்றாலம் வாழைத் தண்டால். ஐந்தருவி தளிரிலைக் கற்றைகளினால். சிற்றருவி நீரள்ளி வீசும் தோழி. புலியருவி விட்டு விட்டுக் கொப்பளிக்கும் ஒரு சிரிப்பு. செண்பக அருவி சிரித்தபடி தோளில் குத்துகிறது. உக்கிர விசுவரூபம் கொண்ட தேனருவி கரிய பாறையின் கருவறையில் சுடர் தழைத்து உறுமி எழும் வெண்ணிற நெருப்பு.

குடும்பத்தையும் நட்புகளையும் கூவியழைத்தபடி வண்டிகளிலிருந்து இறங்குகிறார்கள் மனிதர்கள். அருவியைக் கண்ட கணம் வியப்பொலி பறவைக் கூட்டம் போல கலைந்தெழும். பின்பு முகங்களில் கரும் பாறையில் வெள்ளருவி போல சிரிப்பு. பெரும்பாலானவர்கள் வணிகர்கள். பிறகு பெரும் குடும்பங்கள். சிட்டைக் கணக்குகளிலும் உறவுகளிலும் உரசி சூடான மண்டைகள் மீது நீரின் குளிர் விரல்கள் வாஞ்சையுடன் வருடுகின்றன. தலைமுடி பறக்க, மெருகேறிய சருமத்துடன் பெண்கள். மதுவருந்திச் சிவந்த கண்கள்; தள்ளாடும் கால்கள். உற்சாகத்தில் நிலையிழந்து கைகளைத் தூக்கி காட்டில் அவ்வருவியைக் கண்டடைந்த புராதன மனிதனின் முதல் கூச்சலை அப்படியே மீண்டும் போடுபவர்கள். அருவி அனைவரையும் அவர்களுடைய சொந்த உலகுக்கு இட்டுச் செல்கிறது, ஒவ்வொருவருடனும் ஒவ்வொரு மொழியில் பேசும் ஞானியென.

அருவியின் பேச்சில் மிகப் புராதனமான சில சொற்களே மீண்டும் மீண்டும் இருக்கின்றன. நடுக்கம் மறைந்து பதைத்துப் பறக்கும் எண்ணங்கள் மெல்ல மெல்ல நனைந்து ஊறி மண்டைக்குள் வெண்பாறை மடிப்புகளில் ஒட்டிக்கொள்ளும்போது அச்சொற்கள் மட்டுமாக பிரக்ஞை தனித்து நிற்கும் கணங்கள் சில எழுந்து வரும். துரத்தி வந்த பேய்கள் எல்லாம் வெகு அப்பால் தயங்கி நின்றுவிடும். பாண்டிய மன்னர்கள் பட்டத்து யானை மீது வெண்கொற்றக் கொடி நெளிந்தசைய பரிவாரங்கள் வாழ்த்தொலிக்க இங்கு வந்து அருவி முன் தலைகுனிந்ததுண்டு. பின்பு அரசிழந்து சிதறியபோது தென்காசிக்கு அவர்கள் ஓடி வந்தது அருவி முன் வெம்மை புகையும் மணிமுடியில்லாத தலையை சமர்ப்பணம் செய்து நிற்கும் விடுதலைக்காக மட்டும் தான் என்று சொல்வேன்.

அருவியின் குளுமையில் நம் சிந்தனையோட்டத்தில் நமது குரோதங்களில் நமது ஆசைகளில் உள்ள வெப்பத்தை உணரமுடிகிறது. ஆலகாலம் உண்டவன் தலையில் குளிர் கங்கை இருந்தாக வேண்டும். இந்த இயந்திரம் இன்னும் எத்தனை நாள் இப்படி பொறி கிளப்பி, உரசிக் கதறி வெம்மை துப்பி இயங்கும்? ஓடும் பாதையிலேயே ஓடி அது தேய்ந்து மென்மையாகி சத்தமற்ற இயக்கமாக மாறிவிடக்கூடும். ஒருவேளை அப்போது அருவி தேவையிருக்காது. இறந்தகாலத்தின் மௌனப் பாறைகளிலிருந்து வெள்ளருவி நுரைத்து வழிந்தபடியே இருக்கும் போலும்.

குற்றாலம் சமீபகாலம் வரை மனநோய் சிகிச்சைக்குப் புகழ் பெற்றிருந்தது. வழக்கமாக சிறிய, ஆளில்லாத அருவிகளில் தான் மனநோயாளிகளை எண்ணெய் தேய்த்து ஐந்து வேளை குளிக்கச் செய்வது. கூட்டமில்லாத ஒரு நாள் அவர்களை செண்பக அருவியில் கண்டேன். கைவிலங்குகளால் ஒருவரோடொருவர் பிணைக்கப்பட்ட ஏறத்தாழ முப்பது மன நோயாளிகள் இரண்டு பயில்வான்களின் வழிகாட்டலில் நகர்ந்து வந்துகொண்டிருந்தார்கள். பிரம்புகள் செந்நாகங்கள் போல காற்றில் சீறிச் சுழன்று பறந்து மெல்ல அவர்களை நகர்த்திக் கொண்டு வந்தன. கண்ணுக்குத் தெரியாத பாத்திரத்து நீர் போல அவர்கள் நான்கு பக்கமும் ததும்பினார்கள். மொழியாக முதிராத ஒலிகள், சங்கிலியின் நம் அந்தரங்கத்தில் எங்கோ ஒரு நரம்பில் உரசி பதறச் செய்வது அதன் வன்மம் கொண்ட ஒலி குலுங்குதல், கெட்ட வார்த்தை அதட்டல்கள் அவ்வார்த்தைகளின் அர்த்தங்கள் அமர இடமின்றி சுற்றி அலைந்து மீண்டும் எய்தவர்களிடமே திரும்புமா என்ன?

அருகே வந்தபோது அவர்களைத் தனித்தனியாகக் கவனித்தேன். உடல் முழுக்க புலிக்கோடுகள்போல தழும்புகள். சிவந்து கசிபவை, உலர்ந்தவை, நீலம் பாரித்தவை, மெல்லிய நிறமாற்றம் மட்டுமானவை. உடல்களிலும் முகங்களிலும் வேறு வேறு பாவங்கள் வெளிப்படுவதன் தாங்கமுடியாத இசைவின்மையைத் தான் நாம் பைத்தியம் என்று சொல்கிறோமா? சிரிப்பவர், அழுபவர், சிந்திப்பவர், சைகையில் அதிதீவிரமாக பேசிக் கொண்டிருப்பவர், உரையாடுபவர், சொற்பொழிவாற்றுபவர். ஒரு உடல் கூட இலகுவானதாகவும் நேரானதாகவும் இல்லை. வளைந்து நெளிந்து இழுத்துக்கொண்டு சரிந்துகொண்டு... உடலின் சமநிலை என்பது மனத்தால் இழுத்துக் கட்டப்பட்டு உருவாகக்கூடிய ஒன்றா என்ன?

உடலுறுப்புகளைத் தொகுப்பது மனம் தானா? கட்டவிழ்கையில், ஒவ்வொரு உறுப்பும் தனித்தனியாகப் பேச ஆரம்பித்துவிட்டதா? மனத்தைச் சுமந்து திரிவதிலிருந்து பெற்ற விடுதலையை அவை கொண்டாடுகின்றனவா? ஏன் பைத்தியங்கள் நம்மை அமைதி யிழக்கச் செய்கின்றன என்று எண்ணற்ற கவிதைகள் எழுதப் பட்டுள்ளன. நம்முடைய பைத்தியமில்லாமையின் பாரத்தையும், இறுக்கத்தையும் நம்மை உணரச் செய்கிறார்கள் அவர்கள்.

அருவியைக் கண்டபோது ஒருவர் அதிர்ச்சியடைந்து கூவ என்ன என்று தெரியாமலேயே எல்லாரும் ஓசையிட ஆரம்பித் தார்கள். ஓசைகளும் அருவியின் குளிருமாக நடுங்கிப் பதறி ஒருவரோடொருவர் மோதித் தடுமாறினர். காவலர் பிரம்புகளை மூர்க்கமாக வீச ஆரம்பித்தபோது சதைகள் மீது பிரம்பு நக்கி நக்கி உதிரம் குடிப்பதைப் பார்த்தேன். மனம் உள்ள ஒருவரை அத்தனை மூர்க்கமாக அடிக்க நம்மால் முடியாது. அடிபடும் மனம் நம் அடிக்கும் மனத்தைத் தடுக்கும். அதை வெறும் உடலாக, சதைத் திரளன்றி வேறல்ல எனக் கற்பனை செய்தபடிதான் அடிக்க வேண்டும். மனமில்லாத உடல் எத்தனை அச்சுறுத்துகிறது, எத்தனை அபத்தமாக இருக்கிறது! வன்முறையைக் காணும் போது அதை நிகழ்த்துபவன் பக்கம் சேரும் நம் உள்ளத்தின் ஒரு பாதி எத்தனை அருவருப்பு தருவது! எங்கிருந்து ஊறி வருகிறது மனம் என்னும் இந்த கட்டுப்படுத்த முடியாத பெருக்கு?

அச்சமும் வலியும் போட்டியிட்டன. வலி வென்றபோது அவர்கள் கூட்டமாக அருவி நோக்கி இறக்கப்பட்டார்கள். உலராத ரணங்களில் நீர் பட்டபோது ஒருவர் "முருகா! முருகா! முருகா!" என்று தொண்டை உடைந்து தெறிப்பதுபோல வீறிட்டார். நீரை அள்ளி அவர்கள் மீது வீசினார்கள் காவலர்கள். கும்பலாக நகர்ந்த போது நீரில் கால் பின்னி சிலர் விழுந்தார்கள். சங்கிலியால் இணைக்கப்பட்ட ஒரு வரிசையாக அவர்களை ஆக்கி நீர்ச்சுவரை நோக்கி நகர்த்தினார்கள்.

"குளிப்போம்" என்றார் நண்பர். என் மனதில் அதுவரை ஓடிக் கொண்டிருந்த எண்ணங்களை அவதானித்தபோது திடுக்கிட்டேன். எந்தவிதமான தருக்கமும் இல்லாத அபத்தக் கற்பனைகள். பைத்தி யங்களைப் பார்த்தவாறு அரைக் கவனத்துடன் நடந்து, அருவியை நெருங்கி, துளிகள் பட்டு சிலிர்த்து, சட்டென்று ஏறிட்டபோது

எல்லா முன்நினைவுகளும் அறுந்து போய் பைத்தியங்கள் கண்ட அதே அர்த்தமற்ற பயங்கரப் பேருருவத்தை நானும் கண்டேன்.

நடுங்கும் என்னைப் பின்னாலிருந்து தொட்டு "போ, போ" என்றார் நண்பர். சேமித்திருந்த எல்லா சொற்களாலும் அருவியை என் மனத்துக்கு அறிமுகம் செய்துகொண்டு, மெல்ல மெல்ல சமநிலைக்கு வந்து, நீரை நோக்கி நடந்து கண்களை மூடியபடி உள்ளே நுழைந்தேன். ஆனால் உடனே வெளியேறிவிட வேண்டு மெனத் தோன்றியது. இது நான் அறிந்த அருவி அல்ல. அதை அறிந்திருப்பதாக எண்ணுவதே ஒரு மூடக் கற்பனை. எக்கணமும் இது எண்ணற்ற கரங்களுடன், பசிகொண்ட வாய்களுடன் விசுவ ரூபம் கொள்ளக்கூடும். இது தருணம் காத்து மின்னும் கண்களுடன் பொறுமையாக இருக்கிறது. அருவியொலி மிக உச்சத்துக்குப் போனதுபோல தோன்றிய கணம் மூச்சு சிக்கிக் கொண்டது. வெளியேறும் பொருட்டு முன்னால் நகர்ந்தபோது உண்மையில் உள்ளுக்குச் சென்றுவிட்டிருந்தேன்.

நீர் பழுப்பு வெண்ணிறக் கூரைபோல வளைந்து தலைக்கு மேலே நின்றது. நேர் முன்னால் கரிய வழுவழுப்பான இருளில் வெள்ளி நிற வேர்கள் போல, நெளியும் பாம்புக்குஞ்சுகள் போல, ஒலியற்ற சின்னச் சின்ன அருவிகள். காதுகள் விம்மி உறையும் அதி நிசப்தம். எந்தத் திசை என்று தெரியவில்லை.

அப்போது நீர்க் கதவைத் திறந்து மறுபக்கம் வேறு ஒருவர் உள்ளே நுழைந்தார். யாராலோ உந்தப்பட்டதுபோலத் தடுமாறி கைகளை நீர் தூண்களைப் பிடிக்க நீட்டி, சமாளித்து நின்றார். மூச்சு என் மார்புக்குள் கனத்த இரும்புக் கோளம் போல நின்றது. எண்ணுவதெல்லாம் அதில் முட்டி உடைந்து பரவின.

அவர் என்னைக் கண்டதும் சற்றுப் பதறி. திறந்த வாயுடன் உறைந்து நின்றார். கைகளில் துருவேறிய விலங்கைக் கண்டேன். நான் பின்னகர்ந்தபோது தடுமாற அவர் அனிச்சையாக என்னைப் பற்ற கைகளை நீட்டினார். நான் சமாளித்துக்கொண்டபோது என்னை நன்கு அறிந்தவர்போல சிரித்தபடி நீருக்கு முகம் கொடுத்தார்.

நான் அவரிலிருந்து தூரத்தை உருவாக்க மேலும் நகர்ந்தபோது பின் பக்க இருள் பாறையாகி என்னைத் தடுத்தது. அதன் தொடுகை என்னைத் துடிக்க வைத்தது. விழப் போனேன்.

அதற்குள் அனுபவசாலியான நண்பர் என்னைக் கண்டடைந்து தோளைப் பிடித்து வெளியே இழுத்தார். வெளியே வந்து, மூச்சுடன் இணைந்து தர்க்கபுத்தியும் உள்ளே பீறிட்டு நிரம்பிய போது எல்லாம் சில நிமிடங்கள்தான் என்றும் வெறும் மனப் பிரமைகள் என்றும் தோன்றியது.

ஆனால் பைத்தியங்களைப் பார்க்க என்னால் முடியவில்லை. துணிகளைப் பிழிந்து கொண்டு வாட்சைக் கட்டிக்கொண்டு ஈரக்கால்களை செருப்பில் நுழைத்து நடந்தேன். பின்புறம் அருவி வெகு நேரம் ஒலித்துக்கொண்டிருந்ததைத் திரும்பிப் பார்க்காமல் கேட்டுக்கொண்டிருந்தேன்.

இப்போது நான்கு வருடங்கள் ஆகிவிட்டன. அந்தப்பாறை யின் தொடுகை என் கைகளில் இன்றும் நினைவாக இருக்கிறது. அது கடும் குளிரா இல்லை. சுடும் வெம்மையா என்று என்னால் சொல்லிவிட முடியாது.

கண்ணன் ஒரு கைக்குழந்தை

ஒரு மின்னஞ்சல் வந்திருந்தது. ‘‘தலையணைகளில் ஆர்வ மில்லையா உங்களுக்கு?’’ எனக்கு ஒட்டுமொத்தமாக விளம்பரங் களிலேயே ஆர்வமில்லை. பணமும் இல்லை. ஆனால், என் மின்னஞ்சல் பெட்டியில் எப்போதும் வரிசையாக விளம்பரங்கள், அரசியல் இயக்கங்களின் பிரசாரங்கள், அறைகூவல்கள். பழைய கார் வேண்டுமா? நல்ல சூட்டுகள் எங்கு கிடைக்குமென்று தெரி யுமா? வயாகரா இல்லாமலா உங்கள் வாழ்க்கை நகர்கிறது? அடப் பாவமே...

நல்ல உயர்ந்த ரக தலையணைகளாம். மென்மையானவை. நம்ப முடியாத அளவுக்கு பெரியவை. எல்லா விளம்பர அஞ்சல் களையும் அடையாளமிட்டு ‘அழி’ என்று அமுக்குவது என் வழக்கம். அப்போது ஒரு புதிர் தேடி வந்தது. ‘‘தூக்கம் கெடுக்கும் தலையணைகளைப் பற்றித் தெரியுமா?’’ நான் பொருட்படுத்த வில்லை. பிறகு ஒரு மன்னிப்பு கோரல். ‘‘ரொம்ப சாரி. நீங்கள் வயதானவர் என்று தெரியாமல் போய்விட்டது.’’ பத்து நாள் கழித்து மீண்டும் ஓர் அழைப்பு. ‘‘என் மீது இரக்கமேயில்லையா? அன்புடன் லோலோ.’’

மனம் கரைந்து போய்த் திறந்து பார்த்தேன். ஒரு வலைமனை விரிந்தது. சிலந்தி நடுவேதான் இருந்தது. லோலோ ஃபெராரி. அன்றிரவு கனவில் என்னை ஒரு யானை முட்ட வந்தது. பின்னர் லோலோவின் குசலங்களும் செய்திகளும் வந்தபடியே இருந்தன. லோலோ காதலிக்கிறாள் அவளுக்கு அது மட்டும்தான் தெரியும். லோலோ தாகமாக இருக்கிறாள் அதற்காகவே வடிவமைக்கப் பட்டவள் அவள். லோலோ மறக்கவில்லை அவளுடைய கணிப் பொறி அதிவல்லமை உடையது.

ஆனால், லோலோவைப் பற்றி மிக முக்கியமான தகவலை அவளுடைய கணிப்பொறி எனக்குத் தெரிவிக்குமளவுக்கு முக்கியமானதாகக் கருதவில்லை. அவள் 2000'த்திலேயே இறந்து விட்டிருந்தாள். ஆனால் அவளுடைய உடல் காமத்தால் தகித்த படியே இருப்பது மட்டும் தவறாமல் எனக்கு வந்து சேர்ந்தது.

தினம் 33,200 காதலர்களால் ரசிக்கப்படும் மிகப் பெரிய மின்னணு வேசி லோலோ. அவளைப் பற்றிய தகவல்களைப் பாதி அந்த இணையதளத்திலும் மீதி அங்கிங்காகவும் படித்து அறிந்தேன். ஒரு நடுத்தர பிரிட்டிஷ் குடும்பத்தில் லோலோ பிறந்தாள். அசல் பேர் ஈவ் வலோய்ஸ். ஆண்களுடன் பழகவோ ஏன் உரக்கச் சிரிக்கவோ அனுமதியில்லாத பழைமைவாதக் குடும்பம். மூச்சுத் திணறிக் கொண்டிருக்கும்போதுதான் பழைய கார் வியாபாரியாக இருந்த விக்னெ ஃபெராரியை அறிமுகம் செய்து கொண்டாள். அவன் அவளுக்கு காதலர்களின் சொர்க்க மான பாரீஸ் பற்றிச் சொன்னான். ஈவ் அதில் மயங்கி அவனை மணந்து பாரீஸுக்குத் தப்பியோடினாள்.

அழகிகள் உழைத்துத் தேய்வதை அனுமதிக்காத காதலின் தேசம் அது. 1992ல் ஈவ் 'லோலோ' என்ற பேரில் தன் முதல் 'சரும ஆடை' புகைப்படத்திற்குக் காட்சி தந்தாள். அந்தப் பெயர் தூண்டி இழுப்பதாகவும் களங்கமற்ற கிராமியத்தன்மை கொண்டதாக வும் இருக்கும்படி முக்கியமான கவிஞர் ஒருவரால் தேர்வு செய்யப்பட்டது. ஈவ் அப்போது இருபத்திரண்டு வயது மங்கை. அவள் உடல் வலைமனைகளில் விழுந்தபோது பல்லாயிரம் கண்கள் அவளை அங்கீகரித்தன. பிறகு அவள் திரும்பிப் பார்க்க நேரிடவில்லை.

காரணம், பாரீஸின் உலகப் புகழ் பெற்ற சரும, சதை வடிவமைப்பு நிபுணர் அவளுடைய மார்பகங்களை சிலிகன் ஜெல்லி நிரப்பி பிரமாண்டமாக மாற்றிவிட்டிருந்தார். திரும்பிப் பார்ப்பது மட்டு மல்ல, குப்புறப் படுத்துத் தூங்குவதும் கவனமின்றிக் குனிவதும் எல்லாம் அவளுக்குச் சாத்தியமில்லாததாயிற்று. தன் உடல் வழியாக இத்தனை தூரம் முன்னகர்ந்த பிறிதொரு பிரபலம் மைக்கேல் ஜாக்சன் மட்டும் தான். ஜாக்சனின் மூக்குபோலவே லோலோவின் மூக்கு மிகச் சிறிதாக, மிக இடுங்கலாக, நுனி தூக்கிய தாக வடிவமைக்கப்பட்டது. அதன் வழியாகச் சரியாக மூச்சு விட முடியாமல் அவள் வாழ்வின் இறுதிவரை சிரமப்பட்டாள்.

சதையில் செதுக்கியெடுக்கப்பட்ட ஒரு சிற்பம்தான் லோலோ. அவள் உதடுகள் நான்கு முறை அறுவை சிகிச்சை செய்யப்பட்டு விரிவுபடுத்தப்பட்டன. ஆகவே சில ஒலிகளை மட்டுமே அவளால் கிளப்ப முடிந்தது. அவளுடைய ஈரத் திரைப்படங்களுக்கு பாரீஸின் திறமை மிக்க நடிகைகள் குரல் கொடுத்தனர். 'நடிக்காத'போது லோலோ மிதமிஞ்சிய மருந்துகளின் சுமையால் ஆழ்ந்த தூக்கத்தில் இருப்பாள். கனவில் அவள் பேசியிருக்கலாம்; அலறியிருக்கலாம்.

உலகின் மிகச் சிறந்த சதைச் சிற்பிகள் அவளை பல முறை கீறி, தைத்து உலகின் மிகப் பெரும்பாலான ரசிகர்களுக்குப் பிடித்த மானபடி மாற்றியபடியே இருந்தனர். அவளுடைய மார்புகள் உலகின் மிகப் பெரிய, மிக அழகிய மார்புகளாக மாறின. இறுதியில் அவை ஒவ்வொன்றும் 28 கிலோ எடை இருந்தன. கன்ன எலும்புகள் மாற்றியமைக்கப்பட்டன. கன்னம் உப்ப வைக்கப்பட்டது. இமைகள் புதிதாக வைத்துத் தைக்கப்பட்டன. வயிற்றின் கொழுப்பு உறிஞ்சப்பட்டது. பின்பக்கம் கொழுப்பு செலுத்தப் பட்டது. அவளுடைய வீனஸ் மேடு, குறியின் உதடுகள் நான்கு முறை மாற்றியமைக்கப்பட்டன. ஒரு முறை அவள் காதலர்களிடம் கருத்துக்கணிப்பு நடத்தப்பட்டு பெரும் பான்மையின் விருப்பத்திற்கு ஏற்ப அவளுடைய பெண் குறி மாற்றப்பட்டது. கிளிடோரிஸ் ஒட்டவைக்கப்பட்டு, பின்பு வெட்டியகற்றப்பட்டது. லோலோ நாளொரு மேனியும் பொழு தொரு வண்ணமும் கொண்டவள்.

மார்புகளில் கனத்த சிலிகன் ஜெல்லியுடன் எதிர்வினை செய்யாமல் இருக்கும்படி ஹார்மோன்களை அமைதிப்படுத்த அவளுடைய பிட்யூட்டரி செயலிழக்க வைக்கப்பட்டது. ஆகவே சற்றும் காமம் கலக்காத நிர்மல தேவதையாக அவள் இருந்தாள். மார்புகள் அவள் முதுகெலும்பை அழுத்தின. எனவே, அங்கு உபரியான எலும்பு வலு அளிக்கப்பட்டது. மார்புகள் நுரையீரலை நெரித்தமையால் அவளுடைய மூச்சின் அளவு மிகக் குறைந்தது. ஆகவே, அவள் ஆக்ஸிஜன் நிரப்பிய அறைகளில் மட்டுமே வாழ முடிந்தது. பிரத்தியேகமாக உருவாக்கப்பட்ட திரவ உணவும் முட்டைக்கோஸ் சூப்பும் மட்டும் சாப்பிட்டு அவள் உயிர் வாழ்ந்தாள்.

தன் முப்பதாவது வயதில் லோலோ இறந்தபோது அவளுக்கு முழுப் பைத்தியம் பிடித்திருந்தது என்று அசட்டுப் பெண்ணிய

வாதிகள் ஓலமிட்டார்கள். அவள் தேவதைகளின் மொழியும், மனமும் உடலும் கொண்டவளாக மாறிவிட்டிருந்தாள் எனத் தூய அழகியல்வாதிகள் கூறினர். தேவதை உடை அணிவிக்கப்பட்ட லோலோ, பாரீஸின் பிரபலமான தேவாலய வளாகத்தில் அடக்கம் செய்யப்பட்டபோது அவள் கணவன் "அவளுடைய வேலை அழகாக இருப்பது (படுப்பதும்) மட்டுமே. அதை அவள் சிறப்பாகச் செய்தாள்" என்று செய்தியாளர்களிடம் கூறினான். எண்ணற்ற கிளுகிளு இணைய அரட்டைகளில் காதலர்கள் அவளைப் பற்றி கவிதையில் புலம்பினார்கள். "அவள் இந்த உலகத்தை மேலும் அழகாக ஆக்கிவிட்டுச் சென்றாள். ஆனால், போனது அவளுடைய உயிர் மட்டுமே; அவளல்ல. அவளது அழகு இங்கு என்றுமிருக்கும். அதுவரை அவளுமிருப்பாள்." லோலோ ஃப்ரீ டாட்காமில் 'அனகோண்டா' என்ற பெயர் சூடிய 'உலவி' எழுதியிருந்தாள்.

எவ்வளவு காட்டிய பிறகும் அவள் உடலின் ரகசியங்கள் தீரவில்லை என்றார்கள் லோலோ 2000 வலைமனை நிபுணர்கள். இனி கிராபிக்ஸின் உதவியுடன் லோலோவை உயிர்த்தெழ வைக்கலாம். இனி பிறக்கப்போகும் குழந்தைகளும் அவளுடன் உறவு கொள்ள முடியும். ட்ரிப்பிள் எக்ஸ் வலைமனைகள் பெருகிப் பெருகி வருகின்றன. காம வெறியனின், குரூரனின், மனநோயாளியின், விலங்கின் கற்பனைகளின் எல்லை வரை அவை சென்றாகிவிட்டது. மார்புகளின் பாரம் தாங்கும்படி முதுகெலும்பை இரும்பில் செய்யலாம். (முதுகெலும்புள்ள பிராணிகளின் பரிணாம வளர்ச்சியின் உச்சமாக) என்று நான் ஒரு கருத்தை அனுப்பினேன். வருக வருக நண்பரே. உங்கள் கருத்துக்கு நன்றி. மேலும் புதிய கருத்துகளும் யோசனைகளும் அனுப்பி உதவுங்கள். கவர்ச்சிகரமான பரிசுகள் பல காத்திருக்கின்றன. மார்ட்டினா இவனோவ்னாவை அறிமுகம் செய்துகொள்கிறீர்களா? அவளுக்கு ரொம்பவும் அவசரம். உள்ளாடைகள் இம்மாதிரி கொதித்துக்கொண்டிருந்தால் என்ன தான் செய்வாள், பாவம்!

லோலோவைக் கூப்பிட்டேன். லோலோ உனக்குச் சிரமமாக இல்லையோ? அசடே என்று சிரித்தாள். என்ன சிரமம்? இந்தத் துறையில் நான்தான் முதலிடம். முதலிடம் பெற்றாலே எங்காவது ஒரு இடம் இப்படி வீங்கிவிடுகிறது. சரி, ஆனால் இது ஏதோ கசாமுசாவென்று பார்க்க ஒருமாதிரி இருக்கிறதே? என்ன நீ, அறிவியலே படித்ததில்லையா? லமார்க் சித்தாந்தம் தெரியுமா?

மரக்கிளை இலைக்காக எம்பி எம்பி ஒட்டகச் சிவிங்கிக்குக் கழுத்து நீண்டது. மனித உடல் என்பது மனித மனத்தின் மூலம் உருவாகி வந்தது, தெரிந்துகொள். லோலோ கோபிக்கும்போது குழந்தை மாதிரி இருந்தாள். பிறகு சமாதானமாகி சரணடையும் சிரிப்புடன், "பெண் உடல் மட்டும் ஆணின் இச்சைக்கு ஏற்ப பரிணாம வளர்ச்சி அடைந்தது" என்றாள். நான் தலையைக் கைகளில் ஏந்திக் கொண்டேன். "இதோ பார், கணிப்பொறித் திரை முன் பாதிப் பேர் இதே போலத்தான் உட்கார்ந்திருக்கிறார்கள். மூளையின் வேலைகள் பெருகி வருகின்றன. மூளை வளர்ந்து வருகிறது. தலைக்கனம் பெருத்து மனிதனால் தலையை உடலில் தாங்க முடியாது ஆகப் போகிறது..." நான் இணையதளத்தை மாற்றப் போனேன். "அய்யய்யோ கோபித்துக்கொள்ளாதே, இதோ பார் ஷு லேஸை அவிழ்த்துக் காட்டுகிறேன்." இதற்கென்று அவள் உடையாக அது மட்டும் அணிந்திருந்தாள்.

"உலகின் மிக அசிங்கமான வலைத்தளம் இதுதான் தெரியுமா?" என்று ஒரு விஞ்ஞானி சிரித்துக் கூப்பிட்டார். இங்கே நாங்கள் ஒரு புதுமையை உருவாக்கியிருக்கிறோம். உங்கள் நிர்வாணப் புகைப் படம் அனுப்பினால் உலகின் எந்தப் பெண்ணுடனும் நீங்கள் உறவுகொள்வதை நீங்களே பார்க்கலாம். எப்படி? அடி தூள்தானே? எங்கே கடன் சீட்டு எண்? இல்லையா? அங்கே இன்னும் தாராள மயமாக்கல் முடிவடையவில்லையா? உண்மையாகவா? உங்கள் அரசாங்கம் அங்கே என்னதான் செய்கிறது? சரி தான். கிழடு கட்டை கள் ஆட்சி செய்யும் நாட்டில் வேறு என்ன நடக்கும் இல்லையா? விடுங்கள்.

லோலோவுக்கு இனிமேல்தான் வேலையே. உலகின் அத்தனை பொருட்களும் காமத்தின் குறியீடுகள் ஆகலாம் என்றார் ஃபிராய்ட். அதை அவள் கண்கூடாக நிரூபித்தாகவேண்டும். நண்பரே, தெரியுமா? இது வரை எழுபத்தியாறு வலைப் பூச்சிகள் மார்கரெட் தாச்சரை தேர்வு செய்துள்ளன! மிக அதிகம் ஓட்டு வாங்கி வாகை சூடியது யார்? அன்னா குவர்னிகோவா, பமேலா ஆன்டர்சன் ஸ்டெஃபி கிராஃப், நவோமி காம்பெல்...? இரவில் ஒரு கருத்து உதித்தது. உடனே எழுந்து, எழுதி அனுப்பினேன். அன்புள்ள தாராளமயர்களுக்கு. இதோ ஒரு புதிய யோசனை. புட்சிகரம். அதே சமயம் மரபார்ந்தது. அறுவை சிகிச்சையாளர்கள், படக்கலைஞர்கள், ஓவியர்கள், கவிஞர்கள், மரபணு நிபுணர்கள்,

கணிப்பொறி நிபுணர்கள் கூடிப் பேசி நடைமுறைப்படுத்துங்கள். எங்கள் பழைய புராணத்திலிருந்து எடுத்தது. தன் மனைவியுடன் இந்திரன் இருப்பதைக் கண்ட கௌதமர் அவனை உடல் முழுக்க பெண் குறியாகும் படி சபித்தார். சாப விமோசனம் கேட்டு அவன் அழுதபோது இரங்கி அவற்றையெல்லாம் கண்ணாக மாற்றினார்.

என்னதான் செய்தாலும் இன்றைய ரசிகர்களின் எண்ணிக்கைக்கு ஓர் எல்லை உண்டு. கற்பனை செய்து பாருங்கள். ஒரே உடலில் பல ரசிகர்களை உருவாக்கினால் எப்படி இருக்கும்? வானமே எல்லை. எங்களூர் வர்மக் கலையில் இதை 'மெய் கண்ணாக்குதல்' என்பார்கள். இங்கே கண்ணன் என்ற பெயரும் நிறையவே உண்டு. கண்ணனுக்கு வெண்ணெய் ரொம்பப் பிடிக்கும்.

பதில் வந்தது. "நன்றி நண்பரே இரு யோசனைகளும் மகத்தானவை. முதல் யோசனை நடிகர்களுக்கு. இரண்டாம் யோசனை ரசிகர்களுக்கு. நீங்கள் செக் ஏற்றுக்கொள்வீர்களா?"

சாப்ளின்

சார்லி சாப்ளின் நடித்த படத்தை நான் பார்த்தது ஒன்ப தாம் வகுப்பில் படிக்கும்போது. வாழைக்குலைகள் விற்க அதிகாலைச் சந்தைக்குப் போனால் இரண்டாம் ஆட்டம் படம் பார்ப்பது பொதுவான வழக்கம். குலைகளுக்குக் காவ லாக நிற்பவனுக்கு தலைக்கு பத்து பைசா கூலி தருவோம். அருமனை யில் ஓலைக் கொட்டகைதான். மழை பெய்ய ஆரம்பித்து விட்ட படங்கள்தான் அதிகமும் வரும். பொதுவாக அன்றெல்லாம் புதிய படங்களைவிட பழைய படங்களைத்தான் எல்லாரும் விரும்பிப் பார்த்தார்கள். படங்கள் சாவகாசமாக இருக்கவேண்டும். கொஞ்சம் தூங்கி எழுந்தால்கூட ரொம்ப தூரம் ஓடியிருக்கக்கூடாது. பன்னி ரண்டு மணிக்குத் தொடங்கும் ஆட்டம் காலை நான்கு மணி வரை நீளவேண்டும். ஆகவே ஓவல்டின், ரெமி, முகப் பவுடர், சைபால் கால்களிம்பு முதலிய விளம்பரங்கள் முடிந்த பிறகு துண்டுப் படங்கள் போடுவார்கள். லாரல் ஹார்டி நகைச்சுவை, மிக்கிமௌஸ் கார்ட்டூன் இவற்றுடன் சாப்ளின் படமும் இருக்கும். சாப்ளின் 'கோணக்கால்' என்று சொல்லப்பட்டார். லாரல் ஹார்டி மல்லனும் மாதேவனும் என்றும் கார்ட்டூன் படங்கள் பொம்மலாட்டம் என்றும் குறிப்பிடப்பட்டன.

கொட்டகையின் சொத்தாக இருந்து அனேகமாக தினமும் காண்பிக்கப்படும் இப்படங்களை எல்லாருமே பல நூறுமுறை கண்டிருப்பார்கள். படத்தில் தெளிவாக எதுவுமே தெரியாது. இருந்தாலும் ஜனங்கள் பயங்கரமாகக் கூக்குரலிட்டு கூவிச் சிரித்து ரசிப்பார்கள். நான் பார்த்த சாப்ளின் படம் ஏதோ சம்பந்தமில்லாத நிழலசைவுகளாகவே இருந்தது. அதில் சிரிக்க என்ன இருக்கிறது என்றே எனக்குப் புரியவில்லை. பல வருடங்கள் கழித்து பெங்களூர் அரங்கு ஒன்றில் நடந்த திரைப்பட விழாவில்

சாப்ளினின் எல்லா படங்களையும் பார்த்தேன். பெரும்பாலான சமகால எழுத்தாளர்களைப் போலவே நானும் கோமாளியான தத்துவ ஞானியின் ரசிகனானேன்.

என் வீட்டில் எங்களுக்குச் சொந்தமாக இருக்கும் திரைப்பட சி.டி.க்கள் இரண்டுதான். இரண்டுமே சாப்ளின் படங்கள். என் குழந்தைகள் அஜிதன் (9), சைதன்யா (5) இருவருக்கும் சாப்ளின் மீது மோகம் பக்தி பரவசம் எல்லாமே உண்டு. எல்லா சனி ஞாயிறுகளிலும் இரு படங்களையும் ஒரு சடங்குபோல தவறாமல் பார்த்துவிடுவார்கள். இந்த வெறி எல்லையை மீறுகிறதோ என்று எனக்கு சந்தேகம். மேலும் நான் மிக முக்கியமாக ஏதேனும் செய்துகொண்டு இருக்கும்போது அந்த இசை தேவையில்லாத நடன அசைவுகளை என் உடலில் உருவாக்கிவிடுகிறது. சாப்ளின் சீரியஸான ஆள் இல்லை; கோமாளிதான் என்று சொல்லிப் பார்த்தேன். சைதன்யா வாஜ்பாய் கூடத்தான் சாப்ளின் மாதிரி ஆடுகிறார் என்று சொல்லி ஒருநாள் காட்டவும் செய்தாள். அப்போது தொலைக்காட்சி மின்னழுத்தக் குறைவால் நெளிந்து கொண்டிருந்தது. வாஜ்பாய் இடுப்பை மட்டும் நெளித்து காக்ரா நடனம் ஆடினார்.

திடீரென்று மென்பொருள் கோளாறு ஏற்பட்டு படம் பார்க்க முடியாமலாயிற்று. ஒலி மட்டும்தான். நானும் அப்படியே விட்டுவிட்டேன். ஒரு சனியன்று அறைக்குள் இசை கேட்க எட்டிப் பார்த்தேன். ஒரே ஆட்டமாக இருந்தது. என்ன இங்கே என்றேன். ''சாப்ளின் ஆட்டம் அப்பா'' என்றாள் சைதன்யா. ஆரம்பத்தில் வெறுமே இசையை மட்டும் வைத்துக் கேட்டு காட்சிகளை கற்பனையில் கண்டு சிரித்துக் கொண்டிருந்திருக்கிறார்கள். பிறகு அஜிதன் சாப்ளின் ஆக நடிக்க ஆரம்பித்தான். மற்ற அத்தனை கதாபாத்திரங்களும் சைதன்யா. ஆட்டம் கற்பனைகள் நிறைந்து படர்ந்து பல திசைகளுக்கு சென்றது. சாப்ளின் பள்ளி ஆசிரியர்களை அறவே வெறுத்தார். முதல் இட மாணவனை குத்தினார்.

பிறகு இசையே வேண்டாம் என்றாயிற்று. நானும் ஆட்டத்தில் புகுந்து சாப்ளினிடம் உதை வாங்கும் குண்டுமனிதனோ போலீஸ்காரனோ ஆனேன். சாப்ளின் விளையாட்டு மேலும் நுட்பங்கள் கொண்டதாக மாறியது. எங்கும் எப்போதும் ஒரு புருவத்தூக்கலினாலோ முகச்சுளிப்பினாலோ சாப்ளினை கொண்டுவந்து

விடலாம் என்றாயிற்று. சாப்ளினுக்கு சிரிப்பூட்டும் நபர்கள் மட்டு மல்ல சாப்ளினே எங்கும் கண்ணில் பட ஆரம்பித்தார். பேருந்தில் பள்ளிக்குச் செல்லும்போது சைதன்யா என்னருகே உட்கார்ந்து "அப்பா இண்ணைகது சாப்ளின் யாரு?" என்பாள். குடை பஸ்ஸில் கண்டபடி மாட்டி இறங்கச் சிரமப்படும் ஆசாமி, கண்ணாடியைத் தூக்கிவிட்டு முகம் சுளிக்கும் அந்த பள்ளி ஆசிரியர், யார் வேண்டு மானாலும் சாப்ளினாகலாம். அக்கணமே சைதன்யா கண்டு வாயைப் பொத்தி சிரிப்பை அடக்குவாள். கண்கள் மட்டும் ஒளி விடும். அத்தனை பேரிலும் மூடிகளைத் தூக்கி சாப்ளின் பொங்கிக் கசிந்துகொண்டே இருக்கிறார்.

இப்போது சாப்ளின் படங்களைப் பார்ப்பதில்லை. அவை சாப்ளினை ஒரு தனி மனிதராக மாற்றிவிடுகின்றன.

குதிரைவால் மரம்

நித்யாவிடம் அஜிதனைப் பற்றி நிறையச் சொல்லியிருக்கிறேன். அப்போது அவனுக்கு நான்கு வயது. குருகுலத்தில் பலரும் தங்கள் குழந்தைகளைக் கொண்டுவந்து விட்டு விடுமுறை முடிந்த பிறகு கூட்டிச் செல்வதுண்டு. விடுமுறையில் நிறைய குழந்தைகள் விளையாடிக்கொண்டிருக்கும். குருகுலத்தில் ஒரு குழந்தை இன்னொரு குழந்தையை அடிக்கக் கூடாது என்பது தவிர எந்தவிதமான சட்டதிட்டங்களும் இல்லை என்பதனால் ஒரே ரகளையாக இருக்கும். நித்யா குழந்தைகளிடம் முடிவின்றி விளையாடுவார். அஜிதனைக் கூட்டிவரச் சொன்னார்.

"உங்களுக்குத்தான் தமிழ் தெரியாதே" என்றேன்.

"அதனாலென்ன? இங்கே ஒரு பஞ்சாபி குழந்தை கூட நின்றது" என்றார் நித்யா.

அஜிதனைக் கூட்டி வந்தேன். குருகுலத்தின் அழகிய சூழல் அவனைப் பரவசமடையச் செய்தது. உள்ளே கூட்டிச் சென்றேன். "இவங்கதான் குருவா? குண்டா இருக்காங்க?" என்றான் அஜிதன். குரு என்றபோது அவன் மாந்திரீகமாக கற்பனை செய்திருக்க வேண்டும்.

"கும்பிடுடா" என்றேன்.

"எதுக்கு?"

அதற்குள் நித்யா அவனை அருகே அழைத்தார். அழுத்தம் திருத்தமான தமிழில் அதை அவர் மனப்பாடம் செய்திருக்க வேண்டும் "உன் பெயர் என்ன?" என்றார்.

"அஜிதன். உங்க பேரு?"

“நித்யா” என்றார் நித்யா. தொடர்ந்து இருவரும் பேசிக் கொண்டார்கள்.

“உங்கள் அம்மா வரவில்லையா?” என்றார் குரு.

“இல்லை. உங்க அம்மா எங்கே?”

அப்போது சில விஷயங்களைக் கவனித்தேன். பிறகு நித்யா குழந்தைகளிடம் பேசும்போது அந்த விஷயங்கள் எப்போதும் கடைப்பிடிக்கப்படுவதைப் பார்த்தேன். ஒன்று: நித்யா ஒரு போதும் குழந்தைகளிடம் அவர்களுடைய படிப்புப் பற்றி ஒரு சொல்கூட பேசுவதில்லை. “என்ன படிக்கிறாய்?” என்று குழந்தையிடம் கேட்காத முதல் பெரிய மனிதர் அவர்தான்.

இரண்டு: நித்யா குழந்தைகளிடம் பெரியவர்கள் காட்டும் விசேஷமான கொஞ்சல் குழைவு உற்சாகம் கனிவு எதையுமே காட்டுவதில்லை. சமகால அறிஞன் ஒருவனிடம் தீவிரமாகப் பேசுவதுபோல பேச ஆரம்பித்துவிடுவார். குழந்தை தன்னிச்சை யாக எதைப் பற்றியாவது கேட்கும். அதைப் பற்றிப் பேச ஆரம் பிப்பார். தான் பேசுவதைவிட அதிகமாக குழந்தைகளைப் பேச விடுவார். யோசனைகள் கேட்பார். விவாதிப்பார். சற்று விலகி நின்று பார்க்கும்போது சிரிப்பு கும்மாளம் எதுவுமே இருக்காது. தீவிரமாக ஏதோ வேலை நடப்பதுபோலத் தோன்றும்.

நித்யாவும் அஜிதனுமாக பல நூல்களைப் பிரித்து படங்களைப் பார்த்தார்கள். படங்கள் உள்ள பக்கங்களில் அடையாளம் வைத்தார்கள். பெரிய நூல்களைக் கீழே வைத்து சிறிய நூல்களை மேலே வைத்து அடுக்கி குப்பைகளைப் பொறுக்கி குப்பைக் கூடையில் போட்டு முடித்ததும் நான் சாப்பிட அழைத்தேன். கையைத் தட்டிக்கொண்டு வந்தான். “தாத்தா நான் சாப்பிட்டு விட்டு வரேன். நீ அதுக்குள்ள படங்களை எடுத்து வச்சிடு. நான் வந்து அடுக்கித் தரேன்.”

போகும்போது “என்னடா பண்ணே?” என்றேன்.

“தாத்தாவுக்கு புக் அடுக்கி குடுத்தேன்” என்றேன். அது எனக்கு முக்கியமான பாடமாக அமைந்தது. இன்றும் என் குழந்தைகளுடன் உற்சாகமாக உறவு இருப்பதற்கு அந்த நாளே காரணம். குழந்தைகளை நான் செய்யும் எல்லா வேலைகளிலும் ஈடுபடுத்துவேன். பாத்திரம் கழுவினால் இருவரும் எடுத்து

அடுக்குவார்கள். துணி துவைத்தால் கிளிப் போடுவார்கள். வேலைப் பகிர்வு மிக ஆழமாக ஒரு நட்பை உருவாக்குகிறது. உள்ளார்ந்த சமத்துவ உணர்விலிருந்து உருவாகும் நட்பு அது.

நித்யா நடக்கப் போகும்போது கூடவே அஜிதனும் போனான். நித்யா வழியில் ஏதாவது அழகிய கூழாங்கற்களைப் பார்த்தால் பொறுக்கி பையில் போடுவார். அழகாக பிரிக்கப்பட்ட கூழாங் கற்களை வேறு வேறு பீங்கான் ஜாடிகளில் போட்டு வைத்திருந் தார். அஜிதனும் ஓடி ஓடிப் பொறுக்கினான்.

"என்ன கல் அது காண்பி" என்றார் நித்யா.

அது சாதாரணமான கூழாங்கல். "இது சாதாரணமான கல் தானே?" என்றார்.

"ஏன் சாதாரண கல்லை பொறுக்கக்கூடாதா?" என்றான் அஜிதன்.

நித்யா அயர்ந்து போனார். அவன் தலையைத் தடவியபடி என்னிடம் "குழந்தைகள் நம்மை தோற்கடிக்கும் விதங்களுக்கு முடிவே இல்லை" என்றார். அஜிதன் முன்னால் ஓடி பொறுக்கும் வரை பார்த்தபடி "எத்தனை முடிவற்ற சாத்தியங்கள் உள்ள உயிர் மனிதன். எப்படி மெதுவாக செக்குமாடு போல ஆகிவிடுகிறான். கலாசாரம் என்று சொல்லி நாம் இதுவரை உருவாக்கியதெல்லாம் ஒரு செக்கு, ஒரு வட்டத்தடம் அவ்வளவுதான்" என்றார்.

"ஆமாம். குழந்தைகள் பேசுவதைக் கவனிக்கும்போது மொழி எப்படி புதிது புதிதாக உருவாகிறது என்ற வியப்பு ஏற்படுகிறது" என்றேன்.

"நாம் சாம்ஸ்கி சொல்லியிருக்கிறார். குழந்தைகள்தான் மொழி யைப் புதிய இடங்களுக்குக் கொண்டு செல்கின்றன என்று. கவிஞர்கள்கூட குழந்தைகளிடம் கற்றுக்கொள்ள வேண்டும்" என்றார் நித்யா.

அன்று மாலை குருகுலத்தின் முன்னால் நின்ற மரத்திலிருந்து கிளையை ஒடித்துத் தரச் சொன்னான் அஜிதன். அதன் இலைகள் சரம்சரமாகத் தொங்குபவை. ஒடித்து கையில் வைத்து குலுக்கி விசிறினான்.

"குரு இது என்ன மரம்?" என்றேன்.

நித்யா சிரித்தார். "உன் பையனிடம் கேள்."

அஜிதன் அந்தக் கிளையைத் தன் பிருஷ்டத்தில் செருகி வைத்து வாயால் டொக்கு டொக்கு ஒலியெழுப்பி ஓடிக்கொண்டிருந்தான். "அப்பா குதிரை பாத்தியா."

"இது என்ன மரம்?" என்றார் நித்யா.

"குதிரைவால் மரம்" என்றான் அஜிதன் சற்றும் யோசிக்காமல்.

"பார்த்தாயா?" என்றார் நித்யா. "சரியான பெயர். பெரும்பாலான பெயர்களை இப்படி ஏதோ குழந்தைதான் போட்டிருக்க வேண்டும்." பிறகு வெகு நாள் கழித்துக் கட்டுரையில் நித்யா 'ஒரு குதிரைவால் மரம்' என்று குறிப்பிட்டிருந்தார்.

உலகெலாம்...

சென்னைக்கு ஒரு நண்பரின் காரில் சென்றுகொண்டிருந்தபோது அவர் பட்டிமன்ற கேசட் ஒன்றைப் போட்டார். துளித்துளியாக நான் கேட்டிருந்த திண்டுக்கல் லியோனியின் குரலைத் தொடர்ந்து பதினைந்து நிமிடம் கேட்டது அப்போதுதான். சுருளி ராஜன், தீப்பொறி ஆறுமுகம் கலவை. அது மிக வெற்றிகரமாக தமிழ்நாட்டை வலம் வருவதற்கான காரணங்கள் பல இருக்கலாம். முக்கியமானது, முழுமையான அறியாமை மட்டுமே அளிக்கும் அவரது தன்னம்பிக்கை.

அறிவார்ந்தது, முக்கியமானது, பிரபலமானது எனக் கருதப் படும் விஷயங்களையெல்லாம் திண்டுக்கல் லியோனி தூக்கிப் போட்டு உடைக்கும்போது பாமரத் தமிழ் மனம் மகிழ்ச்சி அடைகிறது. இந்த மனத்தின் உளவியலை நாம் கவனிக்க வேண்டும். இவர்கள் எதையும் உழைத்து தெரிந்துகொள்வதிலோ சிந்திப்பதிலோ ஆர்வமற்றவர்கள். அந்த அறியாமை காரணமாக தாழ்வுணர்ச்சி கொண்டவர்கள். ஆகவே அறிவார்ந்ததோ அங்கீகாரம் பெற்றதோ ஆன எந்தச் செயலையும் ஒருவகை எரிச்சலுடனோ நக்கலுடனோ பார்ப்பவர்கள். சமூக சேவகிக்கு விருது என்றோ விஞ்ஞானிக்குப் பரிசு என்றோ தினத்தந்தியில் படித்ததுமே அதே டீக்கடையில் உட்கார்ந்து அதைக் கடுமையாக விமரிசிக்க ஆரம்பித்து விடுபவர்கள். எல்லா இடத்திலும் இவர்கள் உண்டு. என்றாலும் தமிழ்நாட்டில் இவர்கள் எண்ணிக்கையில் மிக அதிகம். அறியாமையையே தங்கள் தகுதியாக எண்ணிக் கொண்டிருப்பவர்கள் இவர்கள்.

லியோனி அவ்வுரையில் பெரியபுராணத்தை நக்கல் செய்கிறார். ஒரு கிராமத்துக்கு அவர்கள் குழு சென்று ‘உலகெலாம் உணர்ந்தோதற்கரியவன்...’ என்று பாட, உள்ளூர் விவசாயிகள் “அய்யா என்ன பாடுறீங்க?” என்று கேட்கிறார்கள். “பெரிய

புராணம்" என்கிறார் இவர். "எங்க புராணம்தான் பெரிய புராணமா கெடக்கே. சினிமாப் பாட்டு ஏதாவது பாடுங்க" என்கிறார்கள். அப்படித்தான் இவர்கள் 'எளிய மக்களிடையே' இறங்கி வந்தார்களாம். உண்மையில் லியோனி புலியாட்டம் ஆடக் கற்றிருந்தால் எளிய மக்கள் மேலும் மகிழ்ந்திருப்பார்கள்.

லியோனிக்குத் தெரிந்த அந்த ஒரே பெரிய புராணப் பாடல் அக்காவியத்தின் துவக்கக் கவிதை. காவியத்தை எழுதத் திட்டமிட்ட பிறகு நெடுநாளாக முயன்று அதற்கு ஒரு தொடக்கம் கிடைக்காமல் திணறிக்கொண்டிருந்த சேக்கிழாருக்கு கருவறையின் இருளில் இருந்து சிவபெருமானே 'உலகெலாம்' என அடியெடுத்துக் கொடுத்ததாக, புராணக் கதை, இலக்கியத்தின் செயல்முறை புரிந்தவர்களுக்கு எத்தனை ஆழமான உருவகம் இது எனப் புரியும். எங்கோ ஆழத்தில் உள்ள இருண்ட கருவறை ஒன்றிலிருந்து எப்படியோ எழுந்து வரும் ஒரு சொல்லை வைத்து சட்டென்று தொடங்கிவிடுபவையாகவே எல்லா பெரும் படைப்புகளும் உள்ளன. முதல் வார்த்தை 'வருவது' வரை கவிஞனால் எதையுமே எழுதமுடிவதில்லை. அது வந்த பிறகு காவியம் தன் போக்கில் எழுதப்பட்டபடியே இருக்கிறது.

அந்த முதல் சொல் 'உலகெலாம்' என்பது எவ்வளவு அற்புதமான விஷயம்! ஒரு கவிஞனைப் பொருத்தவரை காவியம் எழுதுவதன் நோக்கம் உலகத்தையே தன் சொல்லால் அள்ளிவிட வேண்டுமென்பதே. அந்த முதல் சொல்லை உணர்ந்தபோது சேக்கிழாரின் மனம்தான் எந்த அளவுக்குப் பொங்கி எழுந்திருக்கும். 'உலகம் முழுக்க' என்ற சொல்லுக்கு பல தளங்கள். இதோ உலகெலாம் கேட்கும் பொருட்டு சொல்கிறேன். உலகில் உள்ள அனைத்தையுமே சொல்லிவிடப் போகிறேன்.... பெருங்காவியங்களின் முதல் சொல் இவ்வாறு மாபெரும் மன எழுச்சி ஒன்றை அடையாளம் காட்டுவதாகவே அமைகிறது. "மூவா முதலா உலகம்" என சீவகசிந்தாமணி ஆரம்பிக்கிறது. "சொல்லும் பொருளும்" என மகாகவி காளிதாசனின் ரகுவம்சம்.

ஆனால் அடுத்த வார்த்தையிலேயே சேக்கிழாரின் சுய போதம் திரும்பி வருகிறது. உலகெலாம் உணர்ந்தாலும் அறிய முடியாதவனைப் பற்றிய காவியம் இது என அவரது விவேகம் அவருக்குச் சொல்கிறது. கவிஞனின் மன உத்வேகத்துக்கும் மெய்ஞானியின் அடக்கத்துக்கும் இடையேயான மோதலும்

சமரசமுமே 'திருத்தொண்டர் புராண'த்தை பெரிய புராணமாக ஆக்குகிறது என்பேன்.

இந்த முதல் கவிதையிலேயே இக்காவியத்தை உருவாக்கிய மன எழுச்சியும், மனப் போராட்டமும் உள்ளடங்கியுள்ளன.

உலகெலாம் உணர்ந்து ஓதற்கு அரியவன்
நிலவு உலாவிய நீர்மலி வேணியன்
அலகில் சோதியன் அம்பலத்து ஆடுவான்
மலர் சிலம்படி வாழ்த்தி வணங்குவோம்

(அசை பிரித்து எழுதப்பட்டுள்ளது)

இவ்வரிகளின் பொருளைக் கூர்ந்து பார்க்கும்போது ஆழமான வியப்பு நம்மை ஆட்கொள்கிறது. உலகத்தை முழுக்க உணர்ந்தாலும் உணர முடியாதவன். உலகத்தில் உள்ளவர்கள் எவராலும் உணரமுடியாதவன் என முதல்வரி அறிவுக்கு அப்பாற்பட்டவனாக ஈசனைக் கற்பிதம் செய்கிறது. அடுத்த வரி நிலவைச் சூடியவன், கங்கையை அணிந்தவன் என மிகத் திட்ட வட்டமாக ஒரு சித்திரத்தை அளிக்கிறது. அடுத்த வரி எல்லையே இல்லாத பேரொளி என மிக அருவமாக இறையை உருவகித்துக் கொள்கையில் அதற்கடுத்த வரி அம்பலத்தில் ஆடுபவன் என வகுத்துரைக்கிறது. அருவமும் உருவமும் ஆனவனின் பாதங் களைப் பணிவோமென அறைகூவுகிறது இப்பாடல்.

உண்மையில் புராணங்களுக்கு உள்ள கடமையே இதுதான். அறிவுக்கும் அளவைகளுக்கும் அப்பாற்பட்ட ஒன்றை அறிவு க்கும் புலன் அனுபவங்களுக்கும் உட்பட்டதாக வகுத்து உரைக்க முயல்பவை அவை. புராணங்களின் கற்பனை வீச்சு முழுக்க இதற்குத்தான் பயன்படுத்தப்படுகிறது. தமிழ் புராணங்களில் முதன்மையானதாகிய பெரிய புராணம் முழுக்கவே கடலைச் சிமிழில் அடைத்துக் காட்டவும், வானை ஆடியில் பிரதிபலித்துக் காட்டவும் மாபெரும் கவிமனம் செய்யும் முயற்சியைக் காணலாம்.

மகாராஜாவின் இசை

திருமணமான ஆரம்ப நாட்களில் வீட்டுப் பொருட்கள் வாங்கவே எங்களுக்கு சேமிப்பு சரியாக இருந்தது. காதல் மணமானதால் சீர் எதுவும் கிடைக்கவில்லை. மேலும் அப்போது ஒற்றைச் சம்பளம். ஓரளவு சுதாரித்தபோது அருண்மொழி நங்கை ஒரு டேப் ரிகார்டர் வாங்கவேண்டுமென ஆசைப்பட்டாள். அவளுக்கு தஞ்சைப் பகுதி காற்று வாக்கினால் கர்நாடக சங்கீத ஆர்வம் உண்டு. இந்தியா டுடே உதவி ஆசிரியர் நண்பர் அரவிந்தன் (இப்போது உலகத் தமிழ் இணையதளம்) வந்து இசையைப் பற்றிப் பேசி அவள் ஆர்வத்தை தூண்டிவிட்டுப் போனார். எனக்கு அந்த ஓசையே ஆகாது. தனி அறையில் பாட்டுக் கேட்பேன், ஒலியை முடிந்த வரை குறைத்து வைப்பேன் என அருண்மொழி சொன்னாள்.

பாட்டெல்லாம் வாங்கியது அரவிந்தனின் சிபாரிசின்படி. நான் அவ்வொலியைக் கூடுமான வரை செவிப்பக்கமாக வர விடாமல் பார்த்துக்கொண்டேன். மூன்றாம் நாள் இரவில் விஷ்ணுபுரம் நாவலில் அநிருத்தனின் மரணம் நடந்த அத்தியாயம் எழுதி ஆழமான மனச்சோர்வுக்கு ஆளாகி, கிட்டத்தட்ட பிணம்போல விழுந்து கிடந்தேன். அப்போது கன கம்பீரமான ஒரு குரல் கேட்டது. ஒரு கணத்தில் அது என்னை முழுக்க ஆட்கொண்டது என்று சொன்னால் புனைவுப் பேச்சு எனத் தோன்றும். ஆனால் அது உண்மை. மகாராஜபுரம் சந்தானம் பாடுவதற்கு முன்பு இலேசாக முனகுவார். அவ்வொலியிலேயே அவர் என்னுடைய பாடகராக ஆனார். அது இசை மலையில் கசியும் சிறு ஊற்றுபோல, முதல் மழைத்துளிபோல.

அது ஸ்ரீ மகா கணபதிம் என்ற பிரபல இசைப்பாடல். அசையும் கரும்பாறைபோல யானை மெல்ல உடல் நலுங்காது நடக்கிறது. கண்ணுக்குத் தெரியாத காற்றில் மரக்கூட்டங்கள் ஒரே திசை நோக்கிச் சாய்கின்றன. பிரம்மாண்டமான பழைய கட்டடம் ஒன்றில் பட்டுத் திரைச்சீலை நெளிகிறது. யானை முன்னே செல்லாமல் நின்ற இடத்திலேயே நடப்பதுபோல பாவனை செய்கிறது. தனிமை மிகுந்த மலையுச்சி மீது ஒரு கருமேகம் கரைந்து கரைந்து உடல் பெறும் யானை. நீர்ப் பரப்பில் காற்று அலைவடிவாக பரவி கரைகளை மெல்ல மோதிப் பின்வாங்குகிறது. நெற்றிப் பட்டம் போல மெல்லத் திரும்பும். பூத்த கொன்றை குன்றுகள் குளிர்ந்து நிலைத்து நின்றன. யானை எத்தனை மகத்தான ஒரு வடிவம்!

பாட்டு முடிந்தபோது இடைவெளி மௌனத்தில் நான் "அருண்மொழி இது யாரு?" என்றேன். "மகாராஜபுரம் சந்தானம். அரவிந்தன் குடுத்தார்." ஆரம்பகால இசை ரசிகர்கள் தங்கு தடையின்றி உள்ளே செல்ல ஏற்ற பாடகர் சந்தானம்தான் என்றார் அரவிந்தன். பிறகு "அவர் பாவத்துடன் பாடுவார். ரொம்ப ராகவிஸ்தாரமெல்லாம் பண்ண மாட்டார். ஆனா ராகத்தோட அழகை எப்படியோ காட்டுவார்" என்றார்.

அந்த இரவு நான் தூங்கவில்லை. ஆபேரியில் இறந்து போன என் அன்னை தன் குலதெய்வ முகத்துடன் எழுந்த வருவதைக் கண்டேன். சிந்து பைரவியில் நடனமிடும் நாணல் கூட்டங்கள். தேவகாந்தாரத்தில் இழந்துபோன ஒளிமிக்க பள்ளி நாட்களின் முகங்கள். நீலாம்பரியில் மென்மையான ஒரு முத்தம். மீண்டும் மீண்டும் சந்தானத்தின் நான்கு கேசட்டுகளைக் கேட்டபடியே இருந்தேன். விடிந்ததும் சேலம் சென்று மேலும் கேசட்டுகள். மீண்டும் தூக்கமில்லாத இரவுகள்.

இசை மீது எனக்கு ஈடுபாடு ஏற்பட்டது. விஷ்ணுபுரம் உருவாக்கிய மனநிலைக்கு மிக அருகே இருந்தது இசை. காம்போதி யின் ஒலியில் ராஜகோபுரம் புறாக்கள் சிறகடிக்க விழித்தெழும். தூசு அலையும் விஷ்ணுபுரத் தெருக்களில் ஆலாபனைச் சுழற்சி யுடன் சேர்ந்து சுற்றிச் சுற்றி வருவேன். ஆனந்த பைரவி என் கொந்தளிப்புகளை அடக்கி தன் மடியில் என்னை அணைத்துக் கொள்ளத் தூங்குவேன்.

ஒரு கட்டத்தில் இசையில் வெகு தூரம் செல்லக்கூடாது என்று என்னைக் கட்டுப்படுத்திக்கொண்டேன். நான் அடிப்படையில் ஒரு நாவலாசிரியன். அலுவலக வேலையும் குடும்பமும் தரும் இடைவெளிகளில் எழுதும் எனக்கு இசை கேட்க நேரம் இல்லை. ராகங்களை அடையாளம் காணக்கூடாது என என் மீது கண்டிப்பு கொண்டேன். மறுபக்கம் என்னை இசைக்குள் இழுத்துப் போடும் நண்பர்கள். அரவிந்தன், எம்.யுவன், அச்சுதன் அடுக்கா (தி சீனிவாசன்), முக்கியமாக சுந்தர ராமசாமியும் ஆற்றூர் ரவிவர்மாவும்.

ஜேசுதாசின் குரல் எனக்கு எப்போதுமே பிடிப்பதில்லை. அது பாசாங்கானது என்பது என் கணிப்பு. பாலமுரளி கிருஷ்ணாவின் குரல் பிடிக்கும். ஆனால் பாவங்களில் மிகை உண்டு என்பது என் மனப்பிரமை. சௌம்யா, நித்யஸ்ரீ, பாம்பே ஜெயஸ்ரீ, சஞ்சய் என எல்லாரையம் கேட்பேன். ஆனால் மகாராஜா தவிர எவருமே என் ஆழங்களை ஊடுருவவில்லை. அரவிந்தன் சொன்னார், சந்தானம் அந்த அளவுக்கு பெரிய பாடகர் இல்லை என எம்.டி. ராமநாதனையும் மணி அய்யரையும் ஜி.என்.பியையும் அறிமுகம் செய்தார். ஆனால் சுந்தர ராமசாமி சந்தானத்தை தி.ஜானகிராமனுடன் ஒப்பிட்டார். முதல் கட்ட வாசகனைக் கவரும் எளிமையான கலைஞன். ஆனால் நாம் கலையின் அதி நுட்பங்களை அறிந்த பின்பும் அவரிடம் புதிதாக ஏதோ இருந்து கொண்டுதான் இருக்கும்.

ஆற்றூர் ரவிவர்மா வருடம் தவறாமல் டிசம்பர் கச்சேரி, அதன் பிறகு திருவையாறு, பிறகு பூனா ஹிந்துஸ்தானி இசை விழா, அதன் பின் பரோடா எனப் போகும் அதிதீவிர இசை ரசிகர். அவருடன் நானும் கச்சேரிகளுக்குப் போனேன். ஒரே ஒருமுறை தான் மகாராஜன் கச்சேரிக்குப் போக முடிந்தது. ம்யூசிக் அகாதமியில் இரவில். இசைக்கச்சேரிக்கு அப்படி கூட்டம் அப்புவதை என்னாலேயே நம்ப முடியவில்லை. கனத்த உடலைக் குவித்து மகாராஜா அமர்ந்திருக்கும் விதம், அவரது தடித்த கண்ணாடிக்குள் தேங்கிய சிரிப்பு, அவரது சரிகை அங்க வஸ்திரம் என மோகத்துடன் பார்த்தவாறே இருந்தேன். கச்சேரி தொடங்கும் போது அவர் தன் கனத்த குரலில் அந்த மெல்லிய முனகலை எழுப்பியபோது அவரது பாதங்களை நோக்கி ஓடிப் பணிந்தது என் மனம்.

அதன் பிறகு ஒரு மதியக் கச்சேரியின் இடைவெளியில் சந்தானம் பக்கத்து இருக்கையில் அமர்ந்து மதியம் சாப்பிட்டுக் கொண்டிருந்தார். அவரது முதுகுக்கும் எனக்கும் இடையே அரை அடிதூரம் என்பது என்னைப் பரவசத்தில் ஆழ்த்திக்கொண்டி ருந்தது. தனக்குத்தானே பாடியபடியே இருந்தார். மிக ருசித்து ஒரு பொங்கல் சாப்பிட்டு, இன்னொரு பொங்கலுக்குச் சொன்னார். அவரிடம் அறிமுகம் செய்துகொள்ளும் தன்னம்பிக்கை எனக்கு வரவேயில்லை. அன்று என் 'ரப்பர்,' 'திசைகளின் நடுவே' இரண்டும் வந்துவிட்டன. எழுத்தாளன் என்ற தன்னுணர்வும், எதிர்காலத்தில் நான் எழுதப் போகின்ற படைப்புகள் பற்றிய ஆழமான சுயமதிப்பும் எனக்குள் உருவாகிவிட்டன. இன்று வரை எங்கும் எவர் முன்பும் நான் சாதாரணமானவனாக என்னை உணர்ந்ததில்லை. ஆனால் மகாராஜா முன் தோன்றக் கூசினேன்.

ஒரு தம்பதி வந்து அவரிடம் பேச ஆரம்பித்தது. அவர் காபி சாப்பிட்டார். குசலம் விசாரித்தார். ஆனால் அவர் வாயில் இருந்து பாட்டு வந்தபடியேதான் இருந்தது. ''ஹிமகிரி தனயே ஹேமலதே பாத்ளோ? நான் முந்தாநேத்துத்தான் பாத்தேன். நாராயணய்யர் வீட்டிலே அம்ப ஈஸ்வரி ஸ்ரீ...'' என்று.

மகாராஜாவின் பாட்டுக்கு என்ன சிறப்பு? மிக இயல்பாக, சற்றும் மிகை இல்லாமல் அவரது குரலில் பாவங்கள் இசை யுடன் கலந்து குடியேறுகின்றன. இப்படி விளக்கலாம். எம். டி.ராமநாதனின் தொண்டை மகத்தான ஓர் இசைக்கருவி. அது அவரை வான்வெளிக்கு எடுத்துச் செல்லும், அழுத்தம் உச்சம் கொண்ட ஆழத்திலும் நகரச்செய்யும். ஆனால் அதில் பாவங்களே இல்லை. அவர் பாடும் ராகத்தின் உள்ளுறையான உணர்ச்சி மட்டுமே அவர் பாடலில் கூடுகிறது. மணி அய்யர் பாவங்களுக்கே எதிரானவர். பாடல்களை அவர் உடைப்பதைப் பார்க்கும்போது தமிழ்க் கீர்த்தனைகளை அவர் குறைவாகப் பாடியது ஆழ்ந்த தமிழ்ப் பற்றினாலேயே என்று தோன்றுகிறது. ஜேசுதாஸ் திரைப்படப் பாடல்களுக்குரிய பொய்யான மிகை யுணர்ச்சிகளைப் பழக்க தோஷத்தால் மரபிசையிலும் கலந்து விடுகிறார். மகாராஜா இரு எல்லைகளுக்கும் நடுவே மிகக் கச்சித மான ஒரு கோட்டில் நகர்கிறார்.

நான் இரவுப் பணி முடிந்து கிளம்ப யத்தனிக்கும்போது என்னை விடுவிக்க வந்த ரமேஷ் ''ஏம்பா உங்காளு, சந்தானம்

போய்ட்டார் போலிருக்கே? ஆக்ஸிடண்டாம். இப்பதான் ரேடியோல சொன்னான்'' என்றார். எனக்கு அது ஒரு சம்பந்தமில்லாத செய்தியாகவே பட்டது. அவரை நான் அறிந்து நெருங்கிய எல்லா வழிகளும் அப்படியே தான் இருக்கின்றன என்று எண்ணினேன். வீட்டுக்குப் போகும்போது ஒருவிதமான ஏக்கம் மட்டுமே மனதில் இருந்தது. அருண்மொழியிடம் சொன்ன போது அவள் கண்ணீர் விட்டாள். நான் அன்று முழுக்க அவர் பாட்டுகளாகக் கேட்டேன். இரவில் தனிமையில் பெருமூச்சு களாக விட்டுக்கொண்டிருந்தேன்.

இன்று எனக்குத் தெரியும் சந்தானம் பெரும் இசைவிற்பன்னர் அல்ல என்று. நமது இசையில் சகஜமாகவே மேதைகள் என்று சொல்லத்தக்க பலர் உண்டு என்று. ஆனாலும் சந்தானம் எனக்கு மகாராஜாவாகவே பட்டார். விஷ்ணுபுரத்துக்குப் பிறகு எனக்கு இசை அதிகம் தேவைப்படவில்லை. எங்கள் டேப் ரிக்கார்டர் பழுதாகியது. வேறு ஒன்று வாங்க பணம் ஒதுக்க முடியவும் இல்லை. அருண்மொழி ரேடியோவை வைத்தே சமாளித்தாள். பின் தொடரும் நிழலின் குரல், மூலம் நான் வெகுதூரம் தள்ளி வந்துவிட்டேன். சந்தானத்தின் பாடலைக் கேட்டே வெகுநாட்கள் தாண்டிவிட்டன.

இவ்வருடம் என் பிறந்த நாளுக்கு ஒரு வாசக நண்பர் ஒரு டேப் ரிகார்டர் பரிசளித்தார். புதிதாக கேசட்டுகள் வாங்க நானும் எம்.எஸ். சாரும் கடைக்குப் போயிருந்தோம். அருண்மொழிக்குப் பிடித்தமான நித்யஸ்ரீ, ஜெயஸ்ரீ, சுதா ரகுநாதன் என அடுக்கிய போது சந்தானம் கண்ணில் பட்டார். இரவில் நான்கு வருட இடைவெளிக்குப் பிறகு சந்தானத்தின் குரலைக் கேட்டேன். அந்த முதல் மீட்டலிலேயே அவருக்கும் எனக்கும் இடையேயான அந்த அந்தரங்க இடம் உருவாகிவிட்டது. ''மோகத்தை கொன்றுவிடு அல்லாலென் மூச்சை நிறுத்திவிடு!'' என மகாராஜாவின் குரல் உருகும்போது பாரதியின் கனல் முகம் கண்முன் தெரிந்தது.

எனக்குத் தெரியும் இம்மனநிலை பற்றி பிறர் என்ன சொல்வார்கள் என. இதை ரசிக மனநிலை என நானே சில சமயம் விமரிசிக்கக் கூடும். ஆனால் தன்னகங்காரம், சுய அடையாளம், அறிவின் பெரும்பாரம் ஆகிய அனைத்தையும் சுழற்றி வைத்து எளிய ரசிகனாக சரணடைவதில், கலையின் வாசல் முன் முழு உடலும் பணிய விழுவதில், மகத்தான ஒரு சுதந்திரம் உள்ளது. எத்தனை மேதைகள் இருந்தாலும் மகாராஜாவைத் தவிர

எவரையுமே நான் பெரும்பாடகனாக அங்கீகரிக்க மாட்டேன். அவரது குரலின் சாயல் இல்லாத (கண்டசால மகாராஜாவின் தம்பி) எவரையும் ரசிக்கவும் மாட்டேன். இப்பிறப்பில் நான் அவருக்கு மட்டுமே ரசிகன் எனப் பெருமையுடன் சொல்லிக் கொள்வேன்.

தேசம்

1988-ல் நான் வரங்கல் ரயில் நிலையத்தை அடைந்த போது எனக்கு வயது 26. இந்தியாவை தானும் கண்டடையத் துடித்துக் கிளம்பிய தனித்த பயணி. கடலில் சம்பிரதாயமாக குளித்த பிறகு என் பயணத்தை கன்னியாகுமரியிலிருந்து தொடங்கினேன். காளஹஸ்தியின் உடைந்த கோயில்களையும் திருப்பதியின் நெரிசலிடும் கூட்டத்தையும் கண்ட பிறகு வடக்கு நோக்கி செல்ல ரயில் பிடிக்கும் பொருட்டு வரங்கல் வந்தேன். என்னிடம் பணம் குறைவாகவே இருந்தது. ஜவஹர்லால் நேருவின் நூற்றாண்டுக் கொண்டாட்டத்தை ஒட்டி அரசு சலுகைக் கட்டணத்தில் அளித்த நேரு யாத்ரி என்ற பயணச்சீட்டும்.

வரங்கல் ஒப்பு நோக்க சின்ன ஊர். ஆனால் ரயில் நிலையம் மட்டும் மிகப் பெரியது. அப்போது மணி பதினொன்று. ரயில்கள் காலையில் தான் வரும் என்றார்கள். என் பயணம் முழுக்க நான் எங்குமே வாடகை விடுதியறைகளில் தங்கவில்லை. பெரும் பாலும் இரவுகளை ஓடும் ரயில்களிலும், ரயில் நிலையங் களிலும், கோயில்களிலும், அபூர்வமாக கடைத்திண்ணைகளிலும் கழித் தேன். ஆகவே தூசி படிந்த ஆளற்ற அந்த ரயில் நிலையக் கொட்டகை மிக வசதியான இடமாகப் பட்டது.

என்னை விரித்துக்கொள்ள நல்ல இடம் தேடி நடந்து கண்ட டைந்தேன். தூங்க ஆரம்பிக்கும் முன்பு வினோதமான ஒலிகள் கேட்டன. குழந்தைகளின் ஒலிகள். அருகேயிருந்த உடைந்த காத்திருப்புக் கொட்டகையில் கிட்டத்தட்ட நூறு குழந்தைகளைக் கண்டேன். பிளாஸ்டிக் தாள்களையும் பெரிய திரைப்படச் சுவரொட்டிகளையும் படுக்கையாக விரித்து கும்பல் கும்பலாகப் படுத்திருந்தார்கள். பதினைந்து முதல் ஒரு வயது வரை வேறுபட்ட

பிராயம் கொண்ட சிறுவர்கள், சிறுமிகள், சிலர் தூங்க, பிறர் ஒருவரோடொருவர் பேசியபடியும் பூசலிட்டபடியும் இருந்தனர்.

அதில் ஒரு பதின்மூன்று வயதுப் பையன் என்னைக் கவனித்து, சிரித்தபடி வந்து "நேரமென்ன?" என்று கேட்டான். அவனது கரம் தற்செயலாக என் அந்தரங்க உறுப்பைத் தொட்டுச் சென்றது. உடனே அது மிக பயிற்சியுடன் செய்யப்பட்ட ஓர் அசைவென்று உணர்ந்துகொண்டேன். அவனைத் தள்ளினேன். அவன் புன்னகை மாறுபட்டது. அவன் குரல் தாழ்ந்தது. நான் பெண் குழந்தையையும் பெற முடியும் என்று சொன்னான். அப்போது பல குழந்தைகள் ஓடி வந்தன. ஏராளமான பிஞ்சு விரல்கள் என் நடுப்பகுதியைத் தீண்டத் துடித்தன. நான் அவர் களிடமிருந்து தப்பி கிட்டத்தட்ட ஓடினேன்.

குழந்தைகளின் ஒலிகள் வலுத்தன. திடீரென்று ஒரு பெரும் சண்டை வெடித்தது. நான் பாய்ந்தெழுந்து பீதியுடன் கவனித் தேன். சில பெரிய பையன்கள் மற்ற குழந்தைகளை மூர்க்கமாகத் தாக்கினார்கள். சில சின்னஞ்சிறு குழந்தைகள் இரக்கமின்றி அடிபட்டன. ஒன்றிரண்டு கொல்லப்படலாம் என்று எனக்குத் தோன்றிவிட்டது. கையில் பெரிய லத்தியுடன் ஒரு ரயில்வே போலீஸ்காரன் உள்ளே ஓடினான். எதையுமே கவனிக்காமல் கண்மூடித்தனமாக குழந்தைகளை அடிக்க ஆரம்பித்தான். கதறல்கள். கம்பு எலும்பில் படும் அமுங்கிய ஒலிகள். போர்க்களம் போல இருந்தது அப்பகுதி. அந்த குளிர்ந்த இரவில் ரத்தத்தின் அமில மணம் என்னை நடுங்கச் செய்தது. உடைந்த மண்டை யுடன் ஒரு சிறுமி கூவியபடி என்னைத் தாண்டி ஓடினாள். தரையில் சிறு முத்துக்கள் போல ரத்தத் துளிகள் சிதறின. கொட்டகை காலியாயிற்று.

போலீஸ்காரர் என்னருகே வந்தார். சில கேள்விகளைக் கேட்டு நான் யாரென தெளிவுபடுத்திக்கொண்டு "குட்மானிங்" என்றார். அவருக்கு இயல்பிலேயே நல்ல மனிதர்களை அடையாளம் காணும் திறமை இருப்பதாகவும், அப்படி அடையாளம் கண்ட உடனேயே குட்மானிங் சொல்லிவிடுவது வழக்கமென்றும் சொன்னார். குழந்தைகளைப் பற்றிக் கேட்டேன். அவை விபச்சாரிகளின் குழந்தைகள் என்றார். பிச்சை எடுப்பதும், திருடியும், விபச்சாரம் செய்தும் வாழ்பவை. பகல் முழுக்க நகரிலும் ரயில்களிலும் அலைகின்றன. இரவில் இங்கே படுக்க வந்துவிடுகின்றன.

அவற்றை உடனடியாக ஜெயிலுக்கு அனுப்பி விட வேண்டு மென்று அவர் அதிதீவிரமாக வாதிட்டார். எப்படியானாலும் அங்கேதான் போகப்போகிறார்கள், ஏன் பெரிய குற்றம் செய்வது வரை நாம் காத்திருக்கவேண்டும்?

அவரைத் தவிர்க்க நான் செயற்கையாக குறட்டை விட்டேன். அவர் என்னை எதைப் பற்றியும் கவலைப்படாமல் தூங்குமாறு சொன்னார். அவர் இருக்கும் இடத்தில் எந்தப் பிரச்சினையும் இருக்காது. நான் பெருமூச்சு விட்டேன். அடியின் ஒலி என் தலை யின் மெல்லிய நரம்புகளில் மீண்டும் மீண்டும் எதிரொலித்தது.

சற்று நேரம் கழித்து குழந்தைகள் ஒவ்வொன்றாகத் திரும்பி வந்தன. ஒரு சிறு குழந்தை மண்டையில் காயத்தில் தாளை ஒட்டி வைத்திருந்தது. அதன் அக்காவின் இடுப்பில் இருந்தபடி என்னை கண்ணீர் உலர்ந்த தடத்துடன் ஆர்வமாகப் பார்த்தது. மெல்ல மெல்ல சத்தம் அதிகரித்தது. பூசல்கள் வலுத்தன. மீண்டும் சண்டை. அதே போலீஸ்காரர் அதே லத்தியுடன் பாய்ந்து வந்தார். அடிகளை இம்முறை என்னால் தாங்கவே முடியவில்லை. கால்கள் தள்ளாடின. கொட்டகையின் மறுபக்கம் நாற்றமடிக்கும் பொதுக்கழிப்பிடமருகே சென்று படுத்துக்கொண்டேன். இரவு முழுக்க நான் தூங்கவில்லை. கொசுக்கடி. மூளைக்குள் அடியின் முடிவேயில்லாத அதிரல்கள்.

அதிகாலையில் எழுந்து திறந்த டீக்கடையில் முதல் டீ சாப்பிடச் சென்றேன். கொட்டகை அமைதியாக இருந்தது. தூங்கும் குழந்தைகளின் முகங்களில் நான் அவற்றின் துக்கங் களைக் காண முடிவதில்லை. அந்த அமுங்கிய மூக்கும் உப்பிய கன்னங்களும் அளிக்கும் களங்கமற்ற தேவதைத்தனம் மட்டுமே தெரிகிறது. அங்கே நின்று பார்த்தபோது எல்லா வகையான இந்திய முகங்களையும் கண்டேன். திராவிட, ஆரிய, மங்கோலிய முகங்கள். தமிழ் தெலுங்கு கன்னட மலையாளச் சாயல்கள்...

ஆகவேதான் நான் எப்போதுமே இந்திய ஒருமைப்பாட்டுக்கு ஓட்டு போடுகிறேன்.

தனிமொழிகள்

டைரியைப் புரட்டும்போது சில சமயம் உதிரிவரிகள் தென்படுகின்றன. கவிதையாக மாற முடியாதபடி சிறியவை, கதையில் உறுப்பாக மாற முடியாத அளவுக்கு தனியானவை. இவற்றை ஆங்கிலத்தில் அஃபோரிசம் (aphorism) என்கிறார்கள். இது எப்போதுமே ஒரு வரிதான். கவித்துவம், ஒரு வகை விவேகம் அல்லது நகைச்சுவை வெளிப்படுவதற்குரியது இவ்வடிவம். இவை பெரும்பாலும் எழுதி சில நாட்கள் கழிந்ததுமே ஒளி இழந்துவிடுகின்றன. சில வரிகள் நமக்கு மட்டுமே பொருள்படுகின்றவையாக உள்ளன. ஒருபோதும் பிறவற்றுடன் சேராதிருத்தல் இவற்றின் அடிப்படை இயல்பென்பதால் குவித்து வைத்து படிக்கும்போது ஒன்று மற்றொன்றை மறைக்கின்றன. ஆயினும் இவை மனம் செயல்படுவதன் தடயங்கள். போடப்படாத அல்லது அழிந்து விட்ட கோலங்களின் புள்ளிகள். சமீபகால டைரியிலிருந்து திரட்டிய வரிகள் இவை.

- தொட்டாற்சிணுங்கியின் பூக்களை மெல்லக் கொய்து திரட்டு கையில் யானையின் எஞ்சிய வல்லமை என்னவாக இருக்கிறது?

- எதிர்காற்றில் நடந்துவரும் சுடிதார்ப் பெண் போல என் மொழியில் என் சுயம் வெளிப்பட வேண்டும், தெரியக் கூடாது.

- பரதநாட்டிய உடையில் சந்தைக்குப் போக முடியாதென யாராவது நம் கவிஞர்களுக்குச் சொல்லக் கூடாதா?

- மென்மையான சிறு பூனைக்குட்டி, மிருகம் என்ற சொல் தான் அதற்கு எத்தனை பாரம்!

- உண்மையைச் சொல்லும்போதெல்லாம் நம்மை நல்லவர் களாக உணரச் செய்யுமளவுக்குக் கொடூரமானதாக உள்ளது இந்த வாழ்க்கை.
- முழுத்தனிமையில் நான் உணரும் பார்வைகளில் உயிரோடு இருப்பவர்கள் எத்தனை பேர்?
- அப்படியல்ல, யோசித்துப் பாருங்கள்: காமம் சாராத பகற் கனவுகள் தான் மேலும் ஆபாசமானவை.
- ஒட்டுமொத்த மானுட வாழ்வே ஒரு பிரம்மாண்டமான வேதியியல் நிகழ்வுதான் எனத் தோன்றும் கணங்கள் கொடுமையானவை.
- சங்கப் பாடல்களில் ஆத்மா காதலிக்கப்படவில்லை, உடல் தாராளமாகவே கிடைத்தது.
- சிந்தனையாளர்களை ஒற்றை மேற்கோளாக மாற்றிவிடுகி றோம், மரத்தைப் பின்னோக்கித் தள்ளி விதையாக்குவது போல.
- பாறைகளைப்போல யானைகள் பரிணாமம் கொண்டன என்று நம்புதல் அறிவியல்; யானைகளுக்காகவே பாறைகள் வந்து காத்திருந்தன என்று நம்புதல் ஆன்மிகம். பின்னதன் பால் நிற்கும்போதே கவிதைக்குச் சிறகு கிடைக்கிறது.
- கடவுள் ஒரு நாடகத்தையே உத்தேசித்திருக்கிறார், கதா பாத்திரங்களை ஆக்கி முடிக்கவில்லை.
- குழந்தைகள் கற்பிக்கின்றன, எதைக் கற்பிக்க முடியாதென.
- யானை குனிந்து கொள்ளுமென நம்பி மரக்கிளையில் மண்டை இடித்துக்கொண்ட ஒரு பாகனை நான் அறிவேன்.
- புல்விதையில் ஓர் விளம்பர வாசகம்! பூமியையே மூடிவிடும், எச்சரிக்கை! (முற்றிலும் சாதகமான சூழலில்)
- அழகான பெண்கள் அதை நமக்கு நினைவூட்ட ஓர் அசைவை வைத்திருக்கிறார்கள்.
- வாய்மை எனப்படுவது யாதெனின் யாதொன்றும் வாய் தவறிச் சொல்லாதிருத்தல்.

- ஊர்வனவற்றுக்கெல்லாம் அசைவில்லாமல் இருக்கும் கலை தெரியும். பூமியிடமிருந்து கற்றுக்கொண்டது போலும்.
- கண்ணில்லாதவர் முறித்து தாண்டும் சாலையில் ஓடிக் கொண்டிருப்பவை, ஒலிகள்.
- பழைய புகைப்படங்களின் ஒளியில் கண் உறைந்த முகங ்களை நோக்கி அடுத்த நூற்றாண்டு சொல்லிக்கொண்டிருக் கிறது. 'ஸ்மைல் ப்ளீஸ்.'
- ஊட்டியில் மட்டும் தான் வானம் நோக்கி திறக்கும் சன்னல் கள், வாசல் எங்குமில்லை.
- வரலாற்றை மண்ணிலிருந்து தோண்டி எடுத்து மொழியில் புதைத்துவிடுகிறோம்.
- சொல்லுக சொல்லில் பணமுள, சொல்லற்க சொல்லில் பணமிலாச் சொல்.
- பெரிய நாவல் நம்மைக் குலைத்துவிடுகிறது. திரும்ப அடுக்கும்போதுதான் அந்நாவலைப் புரிந்து கொள்கிறோம்.
- சூரிய காந்தி வயலில் பல்லாயிரம் பூக்கள் எனக்கு முகம் திருப்பியிருந்தன.
- நானும் என் வானில் பறக்கும் பறவையும் வானம் என்பது ஒன்றையே என்பதனால்தான் அது வானம்.
- நாற்காலியை இழுத்துப் போட்டு அமர்பவர்கள், பொருத்திக் கொள்பவர்கள் என மனிதர்கள் இருவகை.
- ரயில் முழக்கம் ஒரு காதசைவுக்கு மட்டுமே என நினைக்கும் சேற்றெருமையின் உலகில்தான் எத்தனை நிம்மதி.
- அமரப்படாத நாற்காலியைப்போல அமரப்படாத குதிரை முழுமையின்மை கொண்டிருக்கவில்லையே, ஏன்?
- கரையை மென்மையாக முத்தமிட்டுக்கொண்டிருக்கும் படகுக்கு அடியில் கடல் அலையடித்துக்கொண்டிருக்கிறது.
- சலிப்பின் கசப்பிலிருந்து மீட்டு கசப்பில்லாத சலிப்புக்கு இட்டுச் செல்பவையே பேரிலக்கியங்கள்.

- அம்மாவை அசடாக எண்ணிக்கொள்வதற்கு அவள் பாசம் தான் காரணமா?
- தலையின் தலைமையில் பாம்பின் உடல் வியூகம் கொள் வதைக் கண்டதுண்டா?
- பகிரப்படுகையில் உண்மையில் பொய்யின் விகிதம் ஏறுவது தான் இலக்கியத்தின் பிரச்சினை.
- விரியத்திறந்த வீட்டுக்குள்ளும் சுரங்கம் போட்டு நுழை பவனை இலக்கிய விமரிசகன் என்கிறோம்.
- விளிம்பை மட்டும் கிறுக்கிவிட்டு குழந்தை அடம்பிடித்த தனால் கடவுள் படைத்துக் கொடுத்தார், மலைகளை.
- மேய்ந்து கொண்டிருந்தபோது தன்னைத் தாண்டி பாய்ந் தோடிய காலத்தை படுத்துக்கொண்டு அசைபோடுகிறது மாடு.
- மலைத்தொடருக்கு முன்னால் நின்று முணுமுணுத்துக் கொண்டேன் நான் நான் என்று.
- வெட்டுக்கிளி கைகளை உரசிக்கொள்வதைக் கேட்டேன், கண்ணால்.
- இங்கிருந்து பார்க்கையில் திண்ணையில் சாய்வு நாற்காலி யில் அந்த முதியவர் மிக நிம்மதியாகத்தான் தென்படுகிறார்.
- சூரியன்களைச் சுமந்த கருவெளிபோல பனித்துளிகளுடன் அந்த கம்பளிப்பூச்சி.
- தமிழ் பட்டவகுப்புகளில் இலக்கியப் படைப்புகளை சில்லறைக் கருத்துகளாக மாற்றுகிறார்கள். முனைவர் பட்ட ஆய்வில் அதற்கு இலக்கியப் படைப்புகள் தேவையில்லா மலாகிறது.
- இனிய இசை ஏன் சின்னஞ்சிறு விஷயங்களாக நினைவில் கிளர்த்துகிறது?
- மண்ணுக்குள் எத்தனை காடுகள் நீர் காத்து இருக்கக்கூடும்!
- நம்பமுடியாத சுயசரிதைக்குப் பின்னால் ஒரு வாசகக் குறிப்பைக் கண்டேன்: இதை கதையாக எழுதியிருந்தால் நம்பலாம்.

- ஓடும் பேருந்தின் ஓரத்து வீடுகளிலெல்லாம் ஒரு கணம் வாழ்ந்து வாழ்ந்து சென்றேன்.
- அந்தியில் கடைசியில் கூடு திரும்பும் பறவை வெற்றி பெற்றதா தோல்வி அடைந்ததா?
- மூன்று வயதில் பேருந்தில் தூக்கி மடியில் வைத்துக் கொண்ட பெண்ணின் கன்னவாசனையை நாற்பது வருடங்களாக நினைவில் வைத்திருப்பது எந்தப் புலன்?
- கதைக் கரு என்பது புனைவின் ஓட்டத்தில் மிதக்கும் படகு; ஓட்டைகள் வழியாக உள்ளே வருவதே இலக்கியமாகிறது.
- பால்யகால நண்பனிடம் நாம் உணரும் தூரம் எதனால் ஆனது?
- படகில் ஏறிய யானையை அரை அடி உயரம் என்றும் அளந்து மதிப்பிடலாம்.
- முற்போக்கு இலக்கியத்துக்கும் அரசாங்கப் பிரசாரத்துக்கும் இடையேயான வேறுபாடு என்னவென்றால் முன்னதற்கு அரசாங்கம் இல்லை.
- சிறிய நூல்கள் வலியுறுத்துகின்றன. பெரிய நூல்கள் தங்களை மெல்ல ரத்து செய்துகொள்கின்றன.
- பெரும் கோபுரங்களின் அடித்தளத்தில் கருங்கல் தளர்ந்து வளைந்திருப்பதைக் கண்டிருக்கிறேன்.
- விடியற்காலையிலன்றி எப்போது கேட்டாலும் சேவலின் குரல் கடூரமாகத்தான் இருக்கிறது.